கவிதை
பொருள்கொள்ளும் கலை

கவிதை
பொருள்கொள்ளும் கலை

பெருந்தேவி

எழுத்து பிரசுரம்

Title: Kavitai Porulkollum Kalai
Author's Name: Perundevi

Published by Ezutthu Prachuram

Ezutthu Prachuram
(An imprint of Zero Degree Publishing)
No. 55(7), R Block, 6th Avenue,
Anna Nagar,
Chennai - 600 040

Website: www.zerodegreepublishing.com
E Mail id: zerodegreepublishing@gmail.com
Phone : 89250 61999

Ezutthu Prachuram First Edition: January 2023
ISBN: 978-93-88860-97-0
TITLE NO EP: 403

Cover Design: Rohini Mani
Layout: Vijayan, Creative Studio

தமிழ் நவீனத்துவத்தின் ஊற்றாக விளங்கிய
சிறுபத்திரிகை மரபுக்கு
கசடதபற, ழ, மீட்சி இதழ்களுக்கு

மனமார்ந்த நன்றி

ரோஹிணி மணி
தமிழவன்
சேரன்
மனுஷ்ய புத்திரன்
சமயவேல்
ஹரி இராஜலெட்சுமி
கிருஷ்ண பிரபு
அரவிந்தன்
வேம்பு
காயத்ரி
விஷ்ணுபுரம் இலக்கிய வட்டம்
விஜயன், ஸீரோ டிகிரி
வித்யா, ஸீரோ டிகிரி
மணல் வீடு
உயிர்மை
கல்குதிரை
மலைகள்
கனலி

பொருளடக்கம்

கவிதைக்கு ஆயிரம் வாசல்

இத்தொகுப்பு எதைச் செய்யவில்லை என்பதிலிருந்து தொடங்கலாம். தமிழ் நவீன கவிதை முன்னோடிகள் என்று குறிப்பிட்ட சில கவிஞர்களை அடையாளம் காட்டுவது இதன் நோக்கமல்ல. கவிஞர்கள் சிலருடைய கவிதைகளைக் கவனப்படுத்துவதன் வழியாக முன்னோடிகளின் நிரையை, நவீன கவிஞர்களின் தர வரிசையை உருவாக்குவது இதன் வேலையல்ல. இதில் இடம்பெற்றிருக்கும் கட்டுரைகள் நவீன கவிதைகளை எப்படியெல்லாம் வாசிக்கலாம் என்று எழுதிப்பார்த்த முயற்சிகள். இத்தொகுப்புக்கு வெளியிலும் வாசிக்கப்பட வேண்டிய நல்ல கவிதைகள் இருக்கின்றன. இதில் இடம்பெற்றிருக்கும் கவிஞர்களின் பெயர்கள் கவிதைகளை வாசிப்புக்கு உட்படுத்தும்போது இக்கவிதைகள் இவரால் எழுதப்பட்டிருக்கின்றன என்பதை அறிவிக்கும் தகவல் பலகைகளாகச் செயல்படுகின்றன. கவி ஆளுமை போன்ற பிரயோகங்களில் எனக்கு ஏற்பில்லை. காலங்காலமாக வாழ்ந்துகொண்டிருக்கும் நம்முடைய

தமிழ் மொழி தன்னுடைய செழுமையை, அழகை நவீன கவிஞர்களுக்குள்ளும் இறக்கி, அவர்களின் மூலமாகத் தன்னைக் காட்டிக்கொள்கிறது என்பதே என் எண்ணம். கவிதையைப் பொருள்கொள்ளுதல் எனும்போது அர்த்தங்களினூடே பயணப்படுதல் மட்டுமல்ல, அதன் மொழி வளத்தில் பங்கெடுத்துத் திளைத்தலும் ஆகும். எனவே இந்தத் தொகுப்பில் காணப்படும் கவிஞர்களின் பெயர்களைவிடக் கவிதைகளில் வாசக கவனம் இருப்பதே நல்லது.

நம் நவீன இலக்கியச் சூழலில் பொதுவாகப் புரிந்துகொள்ளப்பட்டிருக்கும் விதத்தில் கவிதையைக் 'கட்டுடைப்பதையோ,' கவிதை மொழியில் இருமைகளைத் தேடி, கவிதையெனும் புதிரை அவிழ்த்து வாசகர்கள் முன் நிறுத்துவதையோ இக்கட்டுரைகள் செய்வதில்லை. கவிதை என்னும் "இலக்கியத்தின் அரசி"யைப் போற்றிப் பாதுகாக்கும் பணியில் இன்றியமையாதது வாசிப்பு. வாசிப்பின் சில சாளரங்களைத் திறக்கின்றன இந்தக் கட்டுரைகள். சாளரங்களின் மூலம் கட்டுரைகள் காட்டாததையும் வாசகர்கள் பார்க்க முடியும். உண்மையில் கவிதையைப் பொறுத்தவரை வாசிப்பின் சாத்தியங்கள் முடிவற்றவை. தொகுப்பாக இந்தக் கட்டுரைகள் முன்வைக்கும் வாதம் ஒன்றிருந்தால் அது இது மட்டுமே.

கடந்த இருபத்தைந்து வருடங்களாகக் கவிதைகளை எழுதியும் வாசித்தும் கவிதையைப் பயின்றுகொண்டிருப்பவளாகத் தமிழ் நவீன கவிதையைப் பற்றி எழுத எனக்கு ஆசையுண்டு. இந்திய, தமிழ் செவ்வியல் மரபுகளிலிருந்து கவிதையை அணுகுதல், எதிர்கவிதையைச் சரியாக அறிமுகப்படுத்துதல், கவிதை வாசிப்பில் கற்பனையின் பங்கை விஸ்தரிக்கும் திறனாய்வுச் சட்டகமொன்றை உருவாக்குதல் என்று

எழுத நிறைய இருக்கின்றன. அவற்றை நோக்கிச் செல்வதற்குத் தயாரிப்பாகவும் இந்நூல் இருக்கிறது.

இதிலுள்ள கட்டுரைகள் பல வகைகளில் நவீன கவிதைகளை, கவித்துவத் தன்னிலைகளை அணுகுகின்றன. சில ஹைடெக்கர், தெரிதா போன்ற தத்துவ அறிஞர்களின் சிந்தனைகளை அறிமுகப்படுத்திப் பேசுகின்றன. சில ஜோனாதன் கல்லர் போன்ற இலக்கியத் திறனாய்வாளர்களின் எழுத்திலிருந்து வாசிப்பை முன்னெடுக்கின்றன. தமிழ் நவீன கவிதை உருவாக்கத்தில் சர்ரியலிஸம் உள்ளிட்ட "மேற்கத்திய" நவீன கலை மரபுகள், இந்திய சாக்த, தாந்திரீக வழிபாட்டு மரபுகளின் தாக்கங்கள் போன்றவை சில கட்டுரைகளின் பேசுபொருள்களாகின்றன. ஏற்கெனவே தமிழிலக்கியச் சூழலில் கவிதை குறித்து நடந்திருக்கும் உரையாடல்களிலிருந்து ஊட்டம்பெற்று அவற்றிலிருந்து தொடங்கிச் சில கட்டுரைகள் பயணிக்கின்றன. சில கட்டுரைகள் சூழலியலுடன், இயற்கையுடன் மனிதர் கொள்ளும் உறவு, போர் வன்முறை உருவாக்கும் அஞர் நிலை, அகக் காயங்கள் பற்றிய கருத்தாக்கங்களைச் சுட்டி கவிதை வாசிப்பை மேம்படுத்துகின்றன.

சில கட்டுரைகளின் முதல் வடிவங்கள் ஏற்கெனவே இதழ்களில், நூல்களில் பிரசுரமானவை. நகுலன், ஞானக்கூத்தன், பாரதி, திரிசடை கவிதைகள் குறித்த கட்டுரைகள் முறையே மணல் வீடு (2016), உயிர்மை (2016), மலைகள் இணைய இதழ் (2016), கனலி இணைய இதழ் (2019) ஆகியவற்றில் பிரசுரமானவை. பிரம்மராஜன், ஆத்மாநாம் கவிதைகள் குறித்த கட்டுரைகள் கல்குதிரை இதழில் (2016) பிரசுரமானவை. பிரம்மராஜன் கவிதைகள் குறித்த கட்டுரை கவிஞர் லதா ராமகிருஷ்ணன் (ரிஷி) தொகுத்த சொல்லின் சொல் பிரம்மராஜனின் நூலிலும் (2016) இடம்பெற்றிருக்கிறது. அபி கவிதைகள் பற்றிய

கட்டுரை அவருக்கு விஷ்ணுபுரம் இலக்கிய விருது வழங்கப்பட்டபோது (2019) நான் ஆற்றிய உரையைச் செம்மைப்படுத்தி எழுதப்பட்டது. மனுஷ்ய புத்திரனின் கவிதைகள் பற்றி ஆங்காங்கே சில கருத்துகளை எழுதியிருக்கிறேன், பேசியிருக்கிறேன். இப்போதுதான் முதன்முறையாக அவற்றைத் தொகுத்துக் கோவையான கட்டுரையாக்கியிருக்கிறேன். சேரன் கவிதைகள் பற்றி எழுதியபோது கவிதைகளை மனம்கொள்ளப் புதிய அணுகுமுறைகள் பரிச்சயமாயின.

கடைசியாக ஒன்று. தமிழிலக்கியச் சூழலில் ரசனை மதிப்பீடு *x* கோட்பாட்டுத் திறனாய்வு என்ற இருமை துரதிர்ஷ்டவசமாகப் பல எழுத்தாளர்களால் தொடர்ந்து பேணப்படுகிறது. இந்த இருமை செயற்கையானது. தேநீர்க் கோப்பையில் புயல்களாக, சில சலசலப்புகளை உண்டாக்குவதைத் தாண்டிக் கவிதை வாசிப்பை நோக்கிய புதிய பாதைகளைத் திறக்க இந்த இருமை உதவாது என நினைக்கிறேன். என்னைப் பொறுத்தவரை கவிதை ரசனையும் திறனாய்வு செய்யும் வழியில் கோட்பாடுகளை, தத்துவங்களைப் பயன்படுத்துவதும் பின்னிப் பிணைந்தவை. எளிமையாகச் சொன்னால், இக்கட்டுரைகளில் விரிவான வாசிப்பைக் கோரியிருக்கும் கவிதைகள் அடிப்படையில் என் உள்ளத்தைக் கவர்ந்தவை. கவிஞராக, வாசகராக என்னுடன் இந்தக் கவிதைகள் விளையாடுகின்றன. அவையும் நானும் பரஸ்பரம் கொஞ்சிக்கொள்கிறோம்; தழுவிக்கொள்கிறோம். இந்தக் கட்டுரைகள் ஒரு வகையில் தமிழ் நவீன கவிதையை விளித்த காதல் கடிதங்களும்கூட. இத்தொகுப்பை வாசித்த பின் கவிதை வாசகர்கள் நவீன கவிதையைக் கொஞ்சம் கூடுதலாகக் காதலித்தால், ஆராதித்தால் சந்தோஷப்படுவேன்.

"எங்கும் உயிரணுக்களின் இயக்கம்"

ஆத்மாநாமின் கவிதை மொழி

ஆத்மாநாம் கவிதைகள் பற்றி எழுதத் தொடங்கும்போது மனதிலிருந்து விரல்களில் குற்றவுணர்வு இறங்குகிறது. எப்போதோ எழுதியிருக்க வேண்டும், செய்யவில்லை. இப்போதும் அந்தக் கடலில் கை கொள்ளும் அளவில் முத்துகளை அள்ளும் முயற்சியைத் தாண்டி ஒன்றுமில்லை. ஒன்றுமில்லைதான். என்றாலும் ஆத்மாநாமின் சொற்களையே கடன்வாங்கிச் சொன்னால் "அந்த ஒன்றுமில்லையில்... பின் அந்த ஒன்றில் நம்மை மீறிய ஒன்று" ஏதாவது கிட்டலாம். சின்ன எதிர்பார்ப்பு.

ஆத்மாநாம் கவிதைகளின் சில குறிப்பிட்ட தன்மைகளை மட்டும் இக்கட்டுரையில் அணுக நினைக்கிறேன். "படைப்பு உருவாக்க நிலை" பற்றிய ஆத்மாநாமின் கவிதைகளில் அவரது "தோற்றங்கள்" கவிதையை முக்கியமெனக் கவிஞர் பிரம்மராஜன் குறிப்பிடுகிறார் (பார்க்க, *ஆத்மாநாம் கவிதைகள்*

தொகுப்பின் முதல் பதிப்பில் முன்னுரை, 1989). “தோற்றம்” என்கிற தலைப்பில் நூலுக்குள் இருக்கிறது அக்கவிதை. அந்தக் கவிதையைப் பற்றி இவ்வாறு எழுதுகிறார் பிரம்மராஜன்: “ஆத்மாநாம் நவீன வாழ்க்கைச் சூழலில் நாம் ஒவ்வொருவரும் நம் ஆளுமைகளை உதிரிகளாகச் சிதறடித்துவிட்டது பற்றிக் கூறும்போது அவரின் ஆளுமையையும் படைப்பு உருவாக்க முறையையும் ஒரே சமயத்தில் தெளிவாக்குகிறார்.” மேலும், “கூறுபட்ட ஆளுமை”களை முன்னிறுத்தி இக்கவிதை பேசுவதாகவும், கவிதையில் வருகிற “பிளவுபட்ட மனநிலை” ஆத்மாநாமின் “சிருஷ்டி நிலையில் ஒரு *schizoid* மனநிலை”யோடு இயைந்திருப்பதையும் அவர் கூறுகிறார்.

இதைப் படித்தபோது ஆத்மாநாமின் பல கவிதைகளில் வருகின்ற வேறு வகையிலான பிளவுபட்ட நிலை என் நினைவில் தோன்றியது. இந்தப் பிளவுபட்ட நிலை, கூறுபட்ட மனித ஆளுமை என்பதாக இல்லாமல், அல்லது அது மட்டுமின்றி, மனிதருக்கும் இயற்கைக்குமான பிளவுபட்ட நிலையை எடுத்துக் காட்டுவதாக இருக்கிறது; அதைத் தாண்ட முயல்வதாக இருக்கிறது. முக்கியமாக ஆத்மாநாமின் கவிதைத் தன்னிலை நவீன உலகில் அறிவியல், தொழில்நுட்பம், நகரமயமாக்கம் உள்ளிட்டவற்றால் “மற்றமை”யாக அந்நியமாக்கப்பட்டுவிட்ட சூழலின் கூறுகளோடு ஒரு தொடர்ச்சியில், உரையாடலில் இருக்கிறது; அல்லது அந்தக் கூறுகளோடு அடையாளப்படுத்திக்கொள்கிறது. இந்தத் தொடர்ச்சியில், உரையாடலில் ஆத்மாநாமின் படைப்பியக்கம் ஒரு பரந்த சூழலியல் பரிமாணத்தில் தன் மேம்பட்ட இடத்தை நிறுவிக்கொள்கிறது. இக்கட்டுரையின் மூலம் மனிதர்-இயற்கை பரிமாணத்திலும் உறவிலும் கவிஞரது பங்கு என்ன

என்பதையும் புரிந்துகொள்ள முயல்கிறேன்.

ஏரி

புதிய தாய்த் தோன்றிக்
காத் திருந்தது ஒரு ஏரி
எனக் காய்

கூர்மையான பக்கங் களைக்கொண்ட
புற்கள் தாறுமா றாய்ச்
சிதறிக் காத்தன
ஏரியை
அதன் விளையாட்டு ஓரங் களில்

வானம் தன் முக அலங் காரம்
சிரத் தையாய்ச் செய்து கொண் டிருந்தது
தூக்கணாங்குருவிகள் போற்சில புட்கள்
இங்கு மங்கும் விரைந்து கொண் டிருந்தன

செங்கற்கள் ஆகாத சில மண் சதுரங்கள்
ரயில்களின் போக்குவரத்தை
வேடிக்கை பார்த்துக்கொண் டிருந்தன

ஏனோ நான் மட்டும்
கவிதை எழுதிக் கொண்டிருக்கிறேன்.

எளிமையான கேள்வியிலிருந்து தொடங்கலாம். ஏரிக்கரையில் மனிதர்கள் காத்திருக்க வாய்ப்புண்டு, நண்பர்களுக்காக அல்லது ஒரு உரையாடல் நிகழ அல்லது கொஞ்சம் பொழுதுபோக. ஏரி எதற்குக் காத்திருக்கிறது? இங்கே கவிதைசொல்லி கவிதை எழுதிக்கொண்டிருக்கிற ஒரு கவிஞர். தனக்காக ஏரி காத்திருப்பதாகச் சொல்கிறார். பொதுவாக மனிதருக்கேயானது என்று நாம் அடையாளப்படுத்தியிருக்கிற ஒரு

உணர்வு (“காத்திருப்பது”) மனிதரைத் தாண்டிய வேறொரு புலத்துக்கானதாகக் கூறப்படுகிறது. ஏரியின் வழுவழுப்பான திரவப்பரப்பு; நீருக்கு அதனளவில் இல்லாத எல்லைகள்; எங்கும் ஓடக்கூடிய தன்மை; கூர்மையான புற்கள் தாறுமாறாகச் சிதறிக் காக்கப்படுகின்ற ஏரி நீர்ப்பரப்பு, எனவே மனிதப் புலன்களையும் நடவடிக்கைகளையும் சாராத, அவற்றுக்கு முந்தைய, அவற்றைக் கடந்த வடிவப் பரப்பு ஏரி என்பதுபோல ஒரு குறிப்பு; கூடவே இந்தப் பரப்பின் காத்திருப்புக்குக் கவனம் தராமல் கவிதை எழுதுகிற கவிஞர் எழுதிக்கொண்டிருக்கிற கவிதையின் வரிப்பரப்பு; அதற்கு வரம்பான காகிதப் பக்கம். ஏரியின் திரவப் பரப்புக்கும் கவிதைக்குள் எழுதப்படுகிற கவிதையின் பக்கப் பரப்புக்கும் இடையே கவிதை ஊடாடி இயங்குகிறது.

கவிதையில் ஏரி அதனளவில் இருத்தலின் முகமையுடன் (*agency of being*) வருகிறது. ஏரி இங்கே மனிதரின் நுகர்வுக்கான இயற்கைப் பொருளோ, பார்வையின்பத்துக்கான காட்சியோ அல்ல. “செங்கற்கள் ஆகாத சில மண் சதுரங்கள் ரயில்களின் போக்குவரத்தை வேடிக்கை பார்த்துக்கொண்டிருந்தன” என்ற விவரணை பார்வையின் திசையையே மாற்றிவிடுகிறது. இரயில் பயணிகள் நிலக் காட்சிகளைப் பார்ப்பதுதான் வழக்கம். ஆனால் இங்கே அதற்கு மாறாக செங்கற்கள் ஆகாத மண், அதாவது இயற்கை நிலம், இரயில்களை, நவீனப் போக்குவரத்துப் பெருக்கத்தைப் பார்க்கிறது. இன்னும் செங்கற்கள் ஆகாத மண், இயற்கை வளத்தைச் சுரண்டும் ரியல் எஸ்டேட் உள்ளிட்ட விசைகளுக்கு இன்னும் தன்னை ஒப்புக்கொடுக்காத மண். மனிதருக்கு ஈடான அல்லது அதைவிடப் பெரிய ஆகிருதியாகத் தன்னைக்

காப்பாற்றிக்கொண்டிருக்கும் இயற்கை.

கவிதையின் பேசுபொருள் கவிதை எழுதிக்கொண்டிருந்தவனுக்கும் காத்திருந்த ஏரிக்கும், அதாவது பரந்த அளவில் இயற்கைக்கும் நேர்ந்துவிட்டிருக்கிற பிளவு. இந்தப் பிளவைத் தாண்டவேண்டுமென்ற ஏக்கம் கவிதைசொல்லிக்கு. "ஏனோ கவிதை எழுதிக்கொண்டிருக்கிறேன்" என்கிற வரியில் "ஏனோ" அந்த ஏக்கத்தில் நங்கூரமிடுகிற ஒற்றை வார்த்தை.

"ஏரி" கவிதையின் இணையாக விளங்கும் இன்னொரு கவிதை. 1982ஆம் ஆண்டு பிரம்மராஜனோடு ஊட்டியில் தங்கியிருந்தபோது ஊட்டியின் வெளிப்புறப் பகுதியில் ஒரு ஏரிக்கருகே நிலவொளியில் ஆத்மாநாம் சொல்லிய கவிதை என எழுதுகிறார் பிரம்மராஜன். அந்தக் கவிதை கீழே:

சூழல்

விறைகளென விறைத் திருந்த மரங்கள்
வான் நோக்கி
எம்மைப் பின் தொடரும்
தொடரும் சாட்சிகளாய்

எமக்காகக் காத்திருந்தது ஏரி தனிமையில்
தனிமையில்...
பாறைகள் எம்முடன் உரையாடிக் கொண்டிருந்தன
உங்களுடனும்
மொழி யில்லா மொழியில்

இவ்வேரியின் சலனம் எம்முடையதோ
உங்களுடையதோ
அல்ல இவ்வேரியின் சலனம் தான்

நாம் ஏன் ஏரிகளாய் இருக்கக்கூடாது

சலனமற்று வான் நோக்கி பாறைகளுடனும் பேசிக்கொண்டு

இந்தக் கவிதையிலும் ஏரி காத்துக்கொண்டிருக்கிறது. ஏரியின் பரப்பில் சலனம் தென்படுகிறது. பார்க்கும் மனிதர்களால் இந்தச் சலனத்தைக் காண முடியும். ஆனால், கவிதையோ இந்தச் சலனம் "எம்முடையதோ உங்களுடையதோ அல்ல" என மறுக்கிறது. ஏரியின் மீதான மனித விழிப்புலனின் அதிகாரத்தை மறுப்பதை, நம்முடைய நலனுக்காக, நுகர்வுக்காக ஏரி இருக்கிறது என்ற மனித மையப் பார்வையை மறுப்பதாகப் பொருள்கொள்ளலாம். ஏரியாக ஏன் நாம் மாறக்கூடாது என்ற கேள்வி கவிதையில் எழுப்பப்படுகிறது. ஏரியாக மாறுவது என்பது நவீன உலகத்தில் "மற்றமையாக" மனிதரிலும் தாழ்த்தப்பட்டு, கட்டமைக்கப்பட்டிருக்கும் இயற்கையின், சூழலின் கூறாகத் தானும் மாறுவது. இத்தகைய மாறுதல் மனித சுயத்தின் முக்கியத்துவத்தை, அகங்காரத்தை, அர்த்தத்தை இல்லாமல் ஆக்குவது. மற்றமை என்று கட்டமைக்கப்பட்டிருக்கும் இயற்கையை உணர்ந்து, சமமாக அங்கீகரித்து, பின் அதுவாகவே மாறுவதைக் கவிதை முன்வைக்கிறது. முன்பு சுட்டிய கவிதையை ஒப்பிடுகையில், மனிதருக்கும் சூழலுக்குமான பிளவு குறித்த ஏக்கம் இந்தக் கவிதையில் அடுத்த படிக்கு நகர்கிறது. அத்தகைய பிளவையே இல்லாமல் செய்யக்கூடிய பரிந்துரை இந்தக் கவிதையில் இருக்கிறது.

முந்தைய வரிகளில் "மொழியில்லாத மொழியில்" பாறைகள் "எம்முடனும் உங்களுடனும்" உரையாடுவதாகச் சொல்லப்படுகிறது. கவிதைசொல்லி ஏற்கெனவே மற்றமையாக மாறத் தொடங்கிவிட்டதைச் சுட்டுகின்ற குறிப்பு இது. மனிதரற்ற சூழலில் பாறையும்

ஒரு அம்சம். பாறையுடனான உரையாடல் சூழலுக்கும் மனிதனுக்குமான இடைவெளியைக் குறைக்கக்கூடிய செயற்பாடுகளின் முதல் சமிக்ஞை. அந்தச் சமிக்ஞையை இந்தக் கவிதை தன்னுள்ளே வைத்திருக்கிறது.

இயற்கைச் சூழலின் கூறுகளோடு இயையமுடியாத ஏக்கம் அல்லது கூறுகளாக மாறவேண்டிய பரிந்துரை காணப்படாத ஆத்மாநாமின் வேறு சில கவிதைகளிலும் அத்தகைய கூறுகளோடு உரையாடல் நடக்கிறது. உதாரணமாக, செடிகளோடான உரையாடல்களை ஆத்மாநாமின் கவிதைகளில் பார்க்கலாம். "என் ரோஜாப் பதியன்கள்" கவிதையில் ரோஜா கவிதைசொல்லியிடம் என்ன செய்தாய் என்று கேட்கிறது. தான் அன்றைக்குச் செய்த காரியங்களை கவிதைசொல்லி ஒரு நண்பரிடம் சொல்வதைப் போல் சொல்கிறார். மனித வாழ்வும் தாவர வாழ்வும் சக உறவாக உரையாடலின் மூலம் ஒரு தொடர்ச்சியில் இங்கு வைக்கப்படுகின்றன. "செடியுடன் ஒரு உரையாடல்" என்ற தலைப்பிலேயே இன்னொரு கவிதை உள்ளது. கவிதையின் முதல் வரிகளில் ஒரு செடி "நீ யார்" என்று கவிதைசொல்லியைக் கேட்கிறது. "நான்...நான் ...எதுவும் சொல்லத் தெரியவில்லை" என்று திகைத்து நிற்கிறார் கவிதைசொல்லி.

பொதுவாகவே ஆத்மாநாமின் பல கவிதைகளில் இறையாண்மையும் தன்னிச்சையும் கொண்ட சுயத்தின் வெளிப்பாடாக அமைகிற 'நான்' பேசுபொருளாக உள்ளது; பிரச்சினைக்குள்ளாகிறது. இரைச்சல் மிகுந்த, அன்பில்லாத, அண்டை வீட்டாருடன் பேச்சுகூட இல்லாத நகர வாழ்க்கை ("நான்," "அன்பு" கவிதைகள்); பொருளற்ற கூட்டணிகளைக் காட்டும் சமகால ஓட்டரசியல் ("வகுப்புக்கு வரும் எலும்புக்கூடு [இரண்டாம் பதிப்பு]"); அவசரநிலைப் பிரகடனம்

போன்ற ஒடுக்குமுறை அரசியலைச் செயல்படுத்தும் அரசு நிறுவனங்கள் ("அவள்," "அவசரம்"); இவை போன்ற பல காரணிகள் உருவாக்குகிற நெருக்கடிகளால் மனித சுயம் அந்நியப்படுத்தப்படுகிறது. ஒரு தளத்தில், அந்நியப்படுத்தப்படுகின்ற இந்த சுயம் ஆத்மாநாமின் அரசியல் கூர்மை மிகுந்த எதிர்கவிதைகளில் எதிர்கொள்ளப்படுகிறது. தனிக்கட்டுரைக்குப் பொருளாக வேண்டியவை இந்தக் கவிதைகள். இன்னொரு தளத்தில், இயற்கையிலிருந்து பல்வேறு வரலாற்று-சமூகக் காரணிகளால் வெளியேறி, வெளியேற்றப்பட்டு மேற்சொன்ன நெருக்கடிகளுக்குத் தன்னை ஒப்புக்கொடுத்துவிட்ட சுயம். இந்த இன்னொரு தளத்தைக் குறித்த விசாரணையையே இக்கட்டுரை முன்னெடுக்கிறது.

இந்தக் கவித்துவ விசாரணை எவ்வகைகளிலெல்லாம் நடக்கிறது, எங்கே வாசகரை இட்டுச்செல்கிறது என்பதைக் கவனிப்போம். மேலே குறிப்பிட்ட "என் ரோஜாப் பதியன்கள்" கவிதையில் "நீ யார்" (அல்லது 'நான் யார்') என்று கேள்விக்குப் பதிலின்றிக் கைவிரித்துவிடுகிறது கவிதை. "நான்தான் நான்" என்கிற இன்னொரு கவிதையில் தன்னுறுதி கொண்ட 'நானைக்' கலைத்துப்போட்டு 'நான் இவை இவை' என்று வேறொரு அனுபவப் பரிமாணத்தைக் கட்டியமைத்து, அதை நோக்கி வாசகரை அழைத்துச்செல்கிறது கவிதை. அதன் சில வரிகள் இங்கே:

வானின் நீலத்தைத் தீட்டியவனும்
மேகக்கூட்டங்களைச் செதுக்கியவனும்
கண் நிறைய மரங்களை அளிப்பவனும்
கடலுக்கு வெண் நுரை வழங்கியவனும்
மண்ணும் மலையும் புழுவும் பூச்சியும்
நான்தான் நான்தான் நான்தான்

இங்கே ‘பிரபஞ்ச நான்’ மனித ‘நானுக்குப்’ பதிலியாகிறது. இந்தப் ‘பிரபஞ்ச நான்’ படைக்கப்பட்ட சூழலாக, உயிரினங்களாகப் பரிமாணம் கொள்கிறது.

“ஒரு நகர்வு” என்ற மற்றொரு கவிதையில் ‘நான்’ ஒலித்துகளாகத் தோற்றம் கொள்கிறது. “ஒலித்துகளை” விழுங்கிவிட்டு, இருளையும் ஒளியையும் இரு கண்களெனக் கொண்டு, எல்லாப் பக்கமும் இருக்க முடிவதாய், “வெளியைக் கீறி அப்பாலுக்கும் அப்பால் பயணமாகிறது.” அந்தக் கவிதையின் இறுதியில் வருகிற சில வரிகள்:

ஒளியுடல்
பரந்த வெளி
எங்கும்
பரந்து விரிந்த
இருப்பு
இருப்பில் அனைவரும் ஐக்கியம்

இவ்வரிகளுக்கு முன் கவிதை “அமைதியான கிளைச்சாலை” ஒன்றில் ஒலித்துகளை மாத்திரையாக விழுங்குவதைச் சொல்கிறது.

ஒலித்துகள் ஒன்று தட்டுப்பட்டது
லபக்கென்று பிடித்து மாத்திரையாய் விழுங்கினேன்

அதன் பின் “நரம்புகள் உப்ப பந்தாக” தான் மேலெழும்பியதைச் சொல்கிறது. “விசையுறு பந்து” என்ற பாரதியின் உவமையை நினைவில் மீட்டுகிறது. பின்னர் இவ்வரிகள் வருகின்றன.

ஒளியுடல்
பரந்த வெளி
எங்கும்

பரந்து விரிந்த
இருப்பு
இருப்பில் அனைவரும் ஐக்கியம்
அனைவருக்கும் ஒரே மனம்
பால்வெளியில் நீந்திக் கிடைத்த மனம்

"ஒளியுடல்" என்று மேலே சுட்டிய வரிக்குப் பின் "நான்" என்ற பயன்பாடும் தன்மையைச் சுட்டும் வினைச்சொற்களும் வருவதில்லை. "இருப்பில் ஐக்கியம் ஆவதும்" தன்மையிடமான "நான்" மறைவதும் ஒருங்கே நடக்கின்றன. "ஒரே மனமான" பின் கடைசியாக வருகின்ற வரிகள்:

ஒவ்வொன்றாய்
ஒளிக்கடலில்
ஐக்கியமாகும்
ஒலித்துகள்கள்

கவிதை இப்படி முடியும்போது, பற்பல வெவ்வேறு "நான்"கள், வெவ்வேறு மனிதர்கள் ஒன்றாகிவிடுவது, ஒன்றில் கரைந்துவிடுவது உறுதிப்படுத்தப்படுகிறது. கவிதையில் ஒலியின் மாத்திரை என்று வருவது பிரதிநிதித்துவ மொழியின் ஒலிவடிவைக் குறிப்பதாக எனக்குத் தோன்றவில்லை. இது முற்றிலுமாக வேறொன்று. "ஒலியின் மாத்திரை"யைக் கவிதை ஏன் கூறுகிறது?

பொதுவாக, ஆத்மாநாமின் இத்தகைய கவிதைகளைப் புரிந்துகொள்ளும் வகையில், தத்துவ அறிஞர் மார்ட்டின் ஹைடெக்கர் "*hearkening*" என்று கூறுவது நமக்கு உதவக்கூடும். "செவிகொடுத்தல்" என்று இதை மொழிபெயர்க்கலாம். ஹைடெக்கரின் இந்தக் கருத்தாக்கம் அவருடைய "இருத்தல்" (*Being*) குறித்த சிந்தனையுடன் ஆழமான தொடர்புகொண்டது.

ஆத்மாநாமின் கவிதை "இருப்பு," அதில் "ஐக்கியம்" என்று பேசுவதால் இங்கே ஹைடெக்கரைச் சுட்டி வாசிப்பது பொருத்தமானது மட்டுமின்றி அவசியமானது. ஹைடெக்கர் கவிதையின் பெருங் காதலரும்கூட. மேற்கத்திய தத்துவ மரபில் பிளேட்டோவிலிருந்து தொடங்கி தத்துவ அறிஞர்கள் இருத்தல் என்பதை சாராம்சமாக, காலத்தால் பாதிக்கப்படாத *(atemporal)* ஒன்றாகப் பார்த்ததை விமர்சனத்துக்குள்ளாக்கி எழுதியவர் ஹைடெக்கர். அவர் மேற்கத்திய நவீன தத்துவ அறிஞர்களும் (எட்மண்ட் ஹுசர்ல் முதலியவர்கள்) *"what is"* என்பதை மனிதப் பிரக்ஞையை, புலன்களை மையமாக வைத்தும் அர்த்தப்படுத்தியும் புரிந்துகொள்வதிலிருந்து மாறுபட்டு, இத்தகைய தத்துவப் புரிதல்களுக்கு எதிராக, இருத்தல் என்பதை அதனளவில் முன்வைத்தவர். ஹைடெக்கரின் பார்வையில் இருத்தல் என்பது "நிகழ்வாக"த் தந்துகொள்வது. நாம் அதை 'எடுத்துக்கொள்வதோ' 'பொருள்கொள்வதோ' அல்ல. சுருக்கமாகச் சொன்னால், இருத்தல் என்பது அதைப் பற்றி நாம் கொள்ளும் அர்த்தத்துக்கு முந்தையது; அர்த்தத்தைத் தாண்டிச் செல்வது; அர்த்தமாகக் குறைக்க முடியாதது (பார்க்க: கபோபியாங்கோ, 2014). கிட்டத்தட்ட நூறாண்டுகளுக்கு முன் வெளிவந்த ஹைடெக்கரின் *"Being and Time"* (ஜெர்மானிய மொழியில் *Sein and Zeit* என்பது அதன் தலைப்பு) என்பது புகழ்பெற்ற நூல். அது தமிழில் மொழிபெயர்க்கப்பட்டிருக்கிறதா என்று தெரியவில்லை.

ஹைடெக்கர் முன்வைத்த, சிக்கலான சிந்தனையான "இருத்தலைக்" குறித்து பல அறிஞர்கள் எழுதியிருக்கிறார்கள். ஓரளவுக்கு எளிமையாக, அதைப் பற்றி விவரிக்கும் ரிச்சர்ட் கபோபியாங்கோ (2014) மனிதருக்கும் இருத்தலுக்குமான உறவை ஹைடெக்கரின்

உரையொன்றைச் சுட்டி விளக்குகிறார் *(91)*. இருத்தல் என்பதே மனிதர்கள் சகமனிதர்களுடனும் பிற உயிர்களுடனும் பொருள்களுடனும் கொண்டிருக்கும் உறவுக்கான அடிப்படையாக, களமாக உள்ளது என்கிறார் ஹைடெக்கர். நம் எல்லோரையும், எல்லாவற்றையும் சரடாகக் கோர்க்கின்ற ஒன்று என இருத்தலை விளங்கிக்கொள்ளலாம் எனத் தோன்றுகிறது. இருத்தலை மெய்மையாகவும், காலத்தில் நிகழ்ந்துகொண்டிருக்கும் நிகழ்வாகவும் பார்க்கிறார் ஹைடெக்கர். இக்கட்டுரையில் ஹைடெக்கரின் சிந்தனைகளின் செழுமையை அச்சொட்டாக அறிமுகப்படுத்துவது அசாத்தியம் என்றாலும் ஆத்மாநாம் கவிதைகளையொட்டி "செவிகொடுத்தல்" என்பதைப் பற்றிச் சில வரிகள் எழுத நினைக்கிறேன்.

நம்மிடையே "செவிகொடுத்தல்" என்ற பிரயோகம் ஒரு மனிதர் அடுத்தவர் பேசுவதைக் கவனத்துடன் கேட்டல் என்ற பொருளில் பயின்றாலும், அது ஹைடெக்கர் கூறுகிற செவிகொடுத்தல் அல்ல. இருத்தலின் ஆதிக் குரலுக்கு *(Logos)* மௌனமாக, பணிவாக செவிகொடுத்தலையே அவர் சொல்கிறார் *(பார்க்க, கபோபியாங்கோ, 90)*. முதன்மையான ஞானம் அதிலிருந்தே பெறப்படுவது என்றும் குறிப்பிடுகிறார். ஆதிக் குரலுக்குச் செவிகொடுப்பது என்றவுடன் கிறித்துவ இறையியலை அத்தோடு தொடர்புபடுத்தக் கூடாது என்று எழுதும் கபோபியாங்கோ, ஜான் மூர் என்ற அமெரிக்க இயற்கையியலாளரின் கூற்று ஒன்றைச் சுட்டி ஓர் உதாரணம் மூலம் இதை விளக்குகிறார் *(91–92)*: "ஒருவர் இரவில் அடர்ந்த காட்டில் தன்னந்தனியாக இருக்கையில், அது அச்சம் தருகிறது, உன்னதமாகவும் இருக்கிறது. ஒவ்வொரு இலையும் பேசுவதாகத் தோன்றுகிறது." அசைவற்ற அமைதியில் காற்றும்

இலைகளும் மழையும் சூரிய சந்திரரும் பேசுதலைக் கேட்கிறோம் என்று எழுதுகிற கபோபியாங்கோ நம்மால் அதை முழுக்கப் புரிந்துகொள்ள முடியவில்லை, போற்ற முடியவில்லை என்றும் கூறுகிறார். ஏன் நம்மால் முடியவில்லை என்றால் உலகத்தில் எல்லாப் பேசுதல்களுக்கும் நாமே மூலமாகவும் அளவீடாகவும் இருப்பதாக நினைத்துக்கொள்வதால்தான் என்றும் குறிப்பிடுகிறார். ஹைடெக்கரது இருத்தல் பற்றிய சிந்தனை இப்படி அகங்காரத்துடன் செயல்படும் மனித மையத்தைக் கேள்விகேட்பதாக உள்ளது.

இயற்கையின் அமைதியினூடாக அதன் குரலுக்குச் செவிகொடுத்தலைக் குறித்து வேறு பல சிந்தனையாளர்களும் எழுதியிருக்கிறார்கள். குறிப்பாக, டாம் கிரீவ்ஸ் *(2009)* இயற்கையின் அமைதிக்குச் செவிகொடுத்தல் என்பதை ஹைடெக்கர், அவருக்கு முந்தைய ஜெர்மானியத் தத்துவ அறிஞர் ஜொஹான் காட்ஃப்ரீட் ஹெர்டர், ஆகிய இருவர் சிந்தனைகளையும் இணைத்துப் பரிசீலிக்கிறார். பொதுவாக நாம் அமைதியை நாடி நகரத்தை விட்டு வெளியே செல்வது தொழிற்சாலை, போக்குவரத்து இரைச்சல்களிலிருந்து தப்பிக்கும் முயற்சி மட்டுமல்ல என்கிறார் கிரீவ்ஸ். இரைச்சல்களிலிருந்து தப்பித்தல் மட்டுமே நமக்கு வேண்டுமானால் ஒலி நுழையாத வகையில் அறையொன்றை அமைத்து அதில் அமர்ந்துகொள்ளலாமே, ஆனால் அப்படிச் செய்வதில்லை. உண்மையில் நாம் இயற்கைக்கே உரித்தான குறிப்பிட்ட குணாம்சம் கொண்ட அமைதியை நாடியே செல்கிறோம் என்பது கிரீவ்ஸின் கருத்து *(117)*.

தத்துவ அறிஞர் தியாடோர் அடோர்னோ “தோன்றும் இயற்கை” என்று ஒரு சொற்றொடரைப்

பயன்படுத்தி அமைதியின் குணாம்சம் பற்றி இன்னும் தெளிவுபடுத்தி எழுதுகிறார்: "ஓர் இயற்கைக் காட்சியைப் பார்க்கையில் 'ஆஹா, என்ன ஒரு காட்சி!' என்று நீங்கள் வியந்து கூறும்போது அதன் அமைதியில் அத்துமீறுவதன் வழியாக அதன் அழகைக் குறைவுபடுத்திவிடுகிறீர்கள். தோன்றும் இயற்கை அமைதியைத் தேடுகிறது. ஆனால் தோன்றும் இயற்கையின் அழகைப் பாராட்டக்கூடியவர் எப்போதும் ஒன்றைச் சொல்லில் கொண்டுவர முனைகிறார்..." (பார்க்க, கிரீவ்ஸ் 117-118). தொடர்புறுத்தும் மொழி இருத்தலின் ஒரு தருணமான இயற்கையின் மொழியை இடையூறு செய்கிறது. ஆத்மாநாமின் கவிதையில் "ஏரி காத்திருக்கிறது" என்ற வரியையும் "ஏனோ கவிதை எழுதிக் கொண்டிருக்கிறேன்" என்ற வரியையும் இணைத்து வாசித்தால், "தோன்றும் இயற்கையின்" குரலை அமைதியாகச் செவிகொடுக்க முடியாத நிலையை ஆதங்கத்துடன் சொல்வதாக இருக்கிறது.

ஆத்மாநாமின் கவிதைகளைத் தொகுப்பாகப் படிக்கும்போது சூழலை முன்வைத்து, இயற்கையின் அமைதியினூடே வெளிப்படும் அதன் குரலுக்குச் செவிகொடுப்பவையாக இக்கவிதைகள் உள்ளன என்று தோன்றுகிறது. ஏரியின் காத்திருப்பைப் பேசுவது, ஏரியாக மாற நினைப்பது போன்றவை எல்லாம் அந்த அமைதியின் பகுதியாகத் தான் மாறுகின்ற விழைவைக் கூறுவதாக உள்ளன. முன்னர் குறிப்பிட்ட "ஒரு நகர்வு" கவிதையில் "பிரதான சாலையின்" இரைச்சலிலிருந்து நகர்ந்து "அமைதியான கிளைச்சாலையில்" "ஒலித் துகளை" மாத்திரையாக விழுங்கி "இருப்பில் ஐக்கியமாதல்" என்பதை எழுதிப்பார்ப்பதும் இத்தகைய விழைவு என்றே வாசிக்கலாம். ஒருவர் பேசுகையில் ஒலி வார்த்தையாக, சொல்லாக வெளியே வருவது.

இதற்கு நேரெதிர் ஒலித் துகளை விழுங்குவதென்பது பேச்சை விழுங்குவது. விழுங்கிவிட்ட வார்த்தைகள் மாத்திரைகளாகவும் உள்ளன. இருத்தலை நோக்கிய நகர்வைச் சாத்தியப்படுத்துகின்றன. "ஒலித்துகளை" விழுங்கியபின், நேரடியாகவே "பரந்த வெளியில்," "பரந்து விரிந்த இருப்பில்" கலந்துவிடுவது வெளிப்படுத்தப்படுகிறது.

மேற்கூறியவற்றின் அடிப்படையில், கட்டுரையில் சுட்டப்பட்ட ஆத்மாநாமின் கவிதைகளைப் பற்றிச் சில வார்த்தைகளில் சொன்னால், 'இயற்கையைத் தருணமாகக் கொண்டு இருத்தலுக்கான செவிகொடுத்தலை முன்மொழியும் கவிதைகள் இவை' எனலாம். மனிதருக்கும் இயற்கைக்குமான உறவை, பிணைப்பை எழுதுகின்ற கவிஞர் ஆத்மாநாம், ஒரு தளத்தில் மந்திரவாதி-*shaman*-மருத்துவர் என மூன்று அடையாளங்களும் பின்னிப்பிணையும் எழுத்துருவாக இருக்கிறார். *Shaman* என்ற பாத்திரம் வேலனாட்டம் ஆடுபவரை ஒத்தது. ஆத்மாநாம் தன் கவிதைகளில் ஏற்கும் மூவடையாளப் பாத்திரம் மனிதருக்கும் மனிதரற்ற இயற்கைக்கும் இடையே ஊடாடுவது; மனிதமையப் பார்வையை மறுப்பது; மனிதரைத்தாண்டி இருக்கும் பல்வேறு அறிவுப் புலங்களை அங்கீகரிப்பது; அத்தகைய அறிவுப் புலங்களை இயக்கும் உயிராற்றல்களுடன் *(life forces)* உரையாடி மனிதச் சமூகத்தின் நோய்களைத் தீர்ப்பது. இந்தப் பாத்திரத்தின் இன்றியமையாத பங்களிப்பு, உயிராற்றல் கொண்ட பூமிக்கும் மனித சமூகத்துக்கும் இடையிலே காலம்காலமாக இருந்துவந்த பரஸ்பர நட்புணர்வை வலியுறுத்துவது; இரண்டுக்குமிடையே இடையீட்டாளராகச் செயல்படுவது.

மனிதரைத் தாண்டிய அறிவுப் புலங்களுடன்

தொடர்புறுத்தல், அந்தப் புலங்களை அங்கீகரித்தல், இவையெல்லாம் மேற்கத்திய உலகில், அல்லது பரந்துபட்ட நவீன உலகில், அமானுஷ்யமானவை என ஒதுக்கப்பட்டிருக்கின்றன. இப்படி அவற்றைப் புறக்கணித்தல் சரியல்ல என விமர்சிக்கிறார் டேவிட் ஆப்ரம் என்கிற மானுடவியலாளர் (1997). நம்மைச் சுற்றியிருக்கும் உயிராற்றல்களை நம்மைவிட முக்கியத்துவம் குறைந்தவையாகக் கருதும்போது, சிருஷ்டிமயமான பூமியை உணர்வற்ற பொருளாக மட்டும் பார்க்கும்போது, பன்மைத்துவமிக்க உயிராற்றல்களை இயற்கை உலகத்துக்கு அப்பால் சொர்க்கம் என்ற இடத்துக்கு நாம் நகர்த்திவிடுகிறோம் எனக் கூறுகிறார் அவர். நம்மைக் கடந்த உயிராற்றல்களை நம்மை விடவும் தாழ்ந்த, குறைபட்ட மற்றமையாக நாம் கட்டமைக்கும்போது இதுதான் நேரும் என்பது ஆப்ரமின் வாதம் (16). மாறாக, நம்மைக் கடந்த அறிவுப் புலங்களுடன் கொள்ளும் தொடர்புறுத்தலை ஆப்ரம் சிலாகிக்கிறார். உதாரணமாக, ஒருவர் தன் தூக்கமின்மையைக் குணப்படுத்திக்கொள்ள அல்லது தொலைத்த பொருளைத் தேடித் தர *shaman* ஒருவரை நாடும்போது, அதற்காக உதவுகின்ற அவர் மெய்மறந்த நிலைக்குச் செல்கிறார்; அப்போது தன்னுடைய விழிப்புணர்வை (*awareness*) நாம் அறியாத பரிமாணங்களுக்கு அவர் அனுப்புகிறார், என்று எழுதும் ஆப்ரம், இத்தகைய பரிமாணங்களை இயற்கைக்கு ஒவ்வாதவை என்றோ, அவருடைய தனிப்பட்ட அகவுலக விஷயம் என்றோ புரிந்துகொள்ளக்கூடாது என்கிறார் (16). ஆப்ரம் தெளிவுபடுத்துகின்றபடி, இத்தகைய செயற்பாடுகளின்போது அவருடைய விழிப்புணர்வானது ஒரே சமயத்தில் புலன்களின் இயக்கமாகவும் மனோதத்துவமாகவும் இருக்கும்

நிலப்பரப்புகளின் ஆழங்களுக்குப் பயணிக்கிறது என்கிறார். அந்த நிலப்பரப்பு மனிதர்களுடையது மட்டும் அல்ல; உயரப் பறக்கும் பருந்தும் சிலந்திகளும் மௌனமாகத் தன் கரடுமுரடான மேற்பரப்பில் செடியை முளைக்கவிடுகின்ற கல் போன்றவற்றுடன் ஒரு கூட்டுக் கனவைப் பகிர்ந்துகொள்ளும் நிலப்பரப்பு அது என்று விவரிக்கிறார் ஆப்ரம் (16).

ஆப்ரமின் கருத்துகளை இத்தனை விரிவாக நான் இங்கே தரக் காரணம் இப்படியானதொரு கூட்டுக் கனவைத்தான் ஆத்மாநாமின் பல கவிதைகள் முன்வைக்கின்றன என்பதனால்தான். இயற்கைக்கும் மனிதனுக்கும் இடையே உருவாகியிருக்கும் பிளவை மறுக்கின்ற கனவு இது; அந்தப் பிளவைத் தாண்டப் பார்க்கின்ற கனவு இது. மொழியற்ற மொழியில் பேசும் பாறைகள், இரயிலை வேடிக்கை பார்க்கும் மண் சதுரங்கள், பேசும் ரோஜாப் பதியன்கள், உரையாடும் செடிகள், வைரக்கிரணங்களால் நம்மைப் பார்க்கும் சூரியன், தம்மையே சிமிட்டிக்கொள்ளும் நட்சத்திரங்கள், புட்களோடு புள்ளாக அலைதல், தன்னைத்தானே பார்த்துக்கொள்ளும் புளியஞ்செடி, சரக்கென்று தன்னுடைலை விரித்துக் காட்டும் கற்றாழை, இப்படி எத்தனை எத்தனை அவர் கவிதைகளில் வருகின்றன! இவையெல்லாம் கவிதைகளில் வியாபகம் கொள்வதும் இந்தக் கூட்டுக் கனவால்தான். இருத்தலுக்குச் செவிகொடுக்காவிட்டால் இந்தக் கூட்டுக் கனவு சாத்தியமில்லை. இத்தகைய கவிதைகளில் கவிஞர் நமக்கும் நாம் அறியாத உயிராற்றல்களுக்குமிடையே மீடியம் போலச் செயல்படுவதையும் நினைவில் கொள்ளவேண்டும்.

ஆத்மாநாமின் “இன்னும்” என்ற இன்னொரு கவிதை மனிதரற்ற பிறவற்றோடு உயிராற்றல்மிக்க

இந்தப் புவியைக் கூட்டுக் கனவாக அனுபவிக்கும் ஒரு கொண்டாட்டக் கவிதை. கவிதையில் புறாக்கள் பறக்கின்றன; காதலின் மோகத்தோடு கிளிகள் விரட்டிச் செல்கின்றன; குருவிகள் தவழ்கின்றன; அணில்கள் பழங்களைக் கடித்துக்கொண்டு தலைகளைத் தூக்கிக் காட்டுகின்றன; மந்திரம் சொல்லும் வாயால் தன்னையே நொந்துகொண்டு பூசாரி நீரை எடுக்கிறார்; கற்புடைப் பெண்டிர் ஊர்க்கதை பேசிக்கொண்டு துணிகளைத் துவைக்கிறார்கள்; சிறுவன் எருமைகளை ஓட்டிச் செல்கிறான்; வயல்களுக்கப்பால் சூரியன் அவன் தலையில் விழுகிறான். ஆறு, சூரியன், மனிதர், மிருகம், பறவை எனப் பலவும் பலவிதமாகப் பங்குகொள்ளும் காட்சிகள் கொலாஜ் போலத் துலங்குகின்றன. எல்லாவற்றுக்கும் இந்தக் கூட்டுக்கனவில் இடமிருக்கிறது.

கடைசியாக ஆத்மாநாமின் ஒரு கவிதையோடு இந்தக் கட்டுரையை நிறைவு செய்கிறேன்.

இயக்கம்

மலைகளினின்று இறங்கி வந்தேன்
கடல்களினின்றும் மூழ்கி வந்தேன்
நதிகளும் நகர்ப்புறமும் சுற்றி வந்து
அடர்ந்த காடுகள் சுற்றி வந்தேன்
எங்கும் உயிரணுக்களின் இயக்கம்
ஒரு கணத்தின் அணுப்பிளவில் வெளிவந்தேன்
ஒளியினும் வேகம் மிகுந்து
மூச்சு விட்டேன் மூச்சு இன்றி—இயல்பாகவே
அக்கணம் உணர்ந்தேன்
நான் இறந்து நேரம் கழிந்ததை.

“எங்கும் உயிரணுக்களின் இயக்கம்.” இந்தக் கட்டுரையின் தலைப்பு அதுதான். நாம் பங்கெடுக்கின்ற, நம்மையும் மீறிய பன்மைத்துவ

உயிராற்றலைச் சுட்டுகின்ற தொடர் இது. “நான் இறந்து” என்பதில் வருகிற “நானை” சுயம் என்றும் கொள்ளலாம். “ஒரு கணத்தின் அணுப்பிளவில்” கவிதைசொல்லி வெளிவருகையில், தனிநபர் சுயம் இறந்து அது எங்கெங்கும் வியாபிக்கும் பற்பல உயிரணுக்களோடு இரண்டறக் கலந்துவிடுகின்றதா? அல்லது “உயிரணுக்களின் இயக்கத்திலிருந்து” தன்னைத் துண்டித்துக்கொண்டு அதிலிருந்து “ஒரு கணத்தின் அணுப்பிளவில்” ஒருவர் வெளியேறும்போது—அதாவது மனிதர்களைக் கடந்த உயிராற்றல்களுடன் உள்ள தொடர்பு ஒருவருக்கு அறுபடும்போது—அவர் வாழ்ந்தாலும் இறந்தவராகிவிடுகிறாரா? பதிலை வாசகர்களுக்கே விட்டுவிடுகிறேன்.

உதவிய நூல்கள்/கட்டுரைகள்

தமிழ்

பிரம்மராஜன். (தொ-ர்), ஆத்மாநாம் கவிதைகள். ஊட்டி: தன்யா & பிரம்மா, 1989.

ஆங்கிலம்

Abram, David. The *Spell of the Sensuous. Perception and Language in a More-Than-Human World.* New York: Vintage, 1997.

Capobianco, Richard. *Heidegger's Way of Being.* Toronto: University of Toronto Press, 2014.

Greaves, Tom. "The Word's Silent Spring: Heidegger and Herder on Animality and the Origin of Language." *Essays in Environmental Philosophy.* Eds. Ladelle McWhorter & Gail Stenstad. Buffalo: University of Toronto Press. 2009.

Heidegger, Martin. 1939. *On the Essence of Language: The Metaphysics of Language and the Essencing of the Word; Con-*

cerning Herder's Treatise on the Origin of Language. Trans. from German by Wanda Torres Gregory and Yvonne Unna. Albany: SUNY, 1999.

அர்த்தமற்ற பெருவெளியில் இதழ் இதழாக விரிகிற பூ

நகுலன் கவிதைகள்

மதுநமக்கு, மதுநமக்கு, மதுநமக்கு விண்ணெலாம்,
மதுரமிக்க ஹரிநமக்கு மதுவெனக் கதித்தலால்
மதுநமக்கு மதியுநாளும், மதுநமக்கு வானமீன்,
மதுநமக்கு மண்ணுநீரும், மதுநமக்கு மலையெலாம்,
மதுநமக்கொர் தோல்விவெற்றி, மதுநமக்கு வினையெலாம்,
மதுநமக்கு மாதரின்பம், மதுநமக்கு மதுவகை,
மதுநமக்கு மதுநமக்கு, மதுமனத்தொ டாவியும்,
மதுரமிக்க சிவநமக்கு மதுவெனக் கதித்தலால்.

பாரதியின் இந்தக் கவிதையில் திரும்பத் திரும்ப வருகிற சொல் மது. வாழ்வின் பல்வேறு நிலைகளோடும் காமங்களோடும் இறைகளோடும் இயற்கையோடும் சுயேச்சையான எலெக்ட்ரான் போல் இச்சொல் பிணைகிறது. வேதிக்கூட்டுப்பொருள் மாறுவதுபோல

அவற்றை மதுரமிக்க மயக்கத்தோடு நம்மை உணரவைக்கிறது. அது மட்டுமல்ல, சமயத்தில் அவற்றின் 'இயல்பான' அர்த்தத்தளத்தையே மீறவைக்கிறது, மாற்றிவிடுகிறது. எடுத்துக்காட்டாக, மது நமக்கு தோல்விவெற்றி என்ற வரியை எடுத்துக்கொள்ளலாம். இங்கே வெற்றி, தோல்வி என்பவை அவற்றுக்கு 'இயல்பாக' நாம் கொள்ளும் நேர்மறை, எதிர்மறைப் பொருள்களிலிருந்து மீறியவை, வெற்றி, தோல்வி ஆகியவற்றைச் சமப்படுத்தி இனிதாக்கி, அவற்றை நோக்கிச் செய்யும் செயலின் பாதையையே பழக்கமயக்கத்தின் வண்ணங்களில் ஆழ்த்துகிறது மது. மதுவை முன்னிட்டுச் சொல்லியபடியே மயக்கப் பித்துநிலையில் இறையின் மதுரத்துக்கு நகர்வது பாரதியின் கவிதை. அதேநேரத்தில், மதுவெனக் கதித்தலால் எனும்போது மதுவை தள்ளிவைத்துவிட்டு இந்த இறைநோக்கிய நகர்தல் நடப்பதில்லை என்பது முக்கியம்.

இத்தகைய அர்த்தத்தள மயக்கம் நகுலனின் கவிதைகளில் நடக்கிறதா என்றால் நிச்சயம் நடக்கிறது. பலருக்கும் தெரிந்த அவரது கவிதையையே ("ராமச்சந்திரன்") எடுத்துக்கொள்வோம்:

ராமச்சந்திரனா
என்று கேட்டேன்
ராமச்சந்திரன்
என்றார்
எந்த ராமச்சந்திரன்
என்று நான் கேட்கவில்லை
அவர் சொல்லவுமில்லை.

அறிமுகம் செய்துகொள்ளும் கட்டத்தில் கேட்கப்படும் வழக்கமான கேள்விதான் வழக்கமான

பதில்தான். எந்த ராமச்சந்திரன் என்று கேட்கப்படாது விடுபடுகிற கேள்வி; இந்த விடுபட்ட கேள்விக்குத் தரப்படாத பதில். விதவிதமான அனுமானங்களுக்கு இட்டுச்செல்லக் கூடியவை. எந்த ராமச்சந்திரனாக அவர் இருக்கலாம், இருப்பார், எந்த ராமச்சந்திரனாக அவர் இல்லாதிருக்கலாம், இல்லாதிருப்பார் என்பதிலிருந்து எந்த ராமச்சந்திரனாக இருந்தால் என்ன, இல்லாவிட்டால் என்ன என்றெல்லாம் போகலாம். ஒரே பெயர், யாராகவேனும் இருக்கக்கூடும் அவர். பெயர் ஒருவரின் அடையாளச் சுட்டுதல் எனும்போது இங்கே அர்த்த மயக்கநிலை அடையாள மயக்கநிலையாகிவிடுகிறது.

கலை எனப்படுவதையே அர்த்த மயக்கநிலையோடு இணைத்துப் பார்க்கிறார் நகுலன் என எண்ண வைக்கிறது இன்னொரு கவிதை. இங்கே தருகிறேன்.

வழக்கம்போல் வெளிவாசல்
திண்ணையில் சூரல் நாற்காலியில்
உட்கார்ந்திருக்கின்றான்.
அந்தி மயங்கும் வேளை–
அதற்குமுன்; ஒளியும் நிழலும்
பக்கத்தில் பக்கத்தில் காணும்
போது அவனை ஒரு விசித்திர
உணர்ச்சி சூழ்கிறது. வெயிலில்
மண்சுவரில் இலை, நிழல்களைக்
காணும்பொழுது கலையின்
வசீகர–சக்தி அவனை ஆட்கொள்
கிறது.

அந்தி மயங்கும் வேளை. பகலும் இரவும் குழையும் பொழுது. நிழலும் முழுக்க அற்று, ஒளியும் முழுக்க

அற்று. விசித்திர உணர்ச்சி என்றே பகரப்படுகிறது வெளியிலிருந்து, இயற்கையிலிருந்து உருவாகிற உணர்ச்சி. வெயிலில் நிழல் காணும் நிலையில் இயற்கையே கலையின் கோலம்கொள்கிறது. வெயில்/நிழல் என்கிற இயற்கைவெளியின் மயக்கநிலை கலை கொள்ளும் அர்த்த மயக்க வசீகர நிலையையொத்துக் கூறப்படுகிறது. கவிதையை மேலே படித்தால் அர்த்த மயக்கநிலை பற்றிய புரிதல் மேலும் சிறிது கூடலாம்.

...கையெழுத்து
மறையும் வேளை
என்று சொல்கிறார்கள். பிரமலிபியும்
என்று கூடச் சொல்லத் தோன்
றுகிறது.

இங்கே கையெழுத்து அவரவருக்கே உரித்தான ஒன்று. தனித்ததொரு அடையாளம் அது. பிரமலிபி எனும் தலையெழுத்தும் தனித்த அடையாளம் கொண்டிருப்பதாகச் சொல்லப்படும் ஒன்று. கலையின் வசீகர சக்தியைப் பற்றிச் சொல்லியவுடனேயே சில வரிகளுக்குப் பின்னர் கையெழுத்தும் தலையெழுத்தும் மறைகின்றன எனக் கூறும் வரிகள் வருகின்றன என்பது கவனிக்கத்தக்கது. கலையின் வசீகர சக்திக்கும் அடையாளங்கள் மறைதலுக்கும் தொடர்பை உருவாக்கும் கவிதை என்றே இதைக் கொள்ள முடியும். அர்த்த மயக்கநிலை அடையாளம் மறைதலோடு இங்கேயும் இயைந்து செயல்படுகிறது.

அடையாளம் மறைதலும் மயக்கமும் நகுலனின் பல கவிதைகளில் வெளிப்படுகின்றன. இன்னும் இரு கவிதைகளைத் தருகிறேன்.

... அவன் பயணம் இன்னும்

தொடர்ந்துகொண்டுதான்
இருந்தது. நடுவில் யாரோ
ஒருவர் அவனை நோக்கி
"நீங்கள்?" என்று உசாவ
அவனுக்கு அவன் பெயர்
மறந்துவிட்டது

("எல்லைகள்")

அடையாளம் மறைதல் இக்கவிதையில் நிகழ்கிறது என்றால், நகுலனின் இன்னொரு கவிதையோ(கோட்-ஸ்டாண்ட் கவிதைகள்) அடையாள மயக்கத்தை அப்படியே எழுதிச்செல்கிறது. அதிலிருந்து:

வேறோரு நண்பனைப் பார்க்கச்
சென்றான்
இப்பொழுதெல்லாம் இது ஒரு
பழக்கமாகிவிட்டது
போன இடத்தில் அவன்
வெளியே போய்விட்டான்
என்றார்கள்
"என்னைப்போலவா?" என்று
கேட்கச் சென்றவன்

இக்கவிதைகளை மேற்கோள்காட்டி அடையாள மயக்கம்/மறைதல் என்றெல்லாம் நான் எடுத்துரைப்பது இருக்கட்டும். சொல் என்கிற அடையாளத்துக்கான தடையை, எதிர்ப்பை வெளிப்படையாகவே நகுலனின் கவிதை ஒன்று பேசியிருக்கிறது. "பூ" என்கிற தலைப்பிலான கவிதையின் வரிகள் சில இங்கே:

...காசியபன் சொல்லவில்லையா?
அல்லது சொல்கிறாரா?
"சொல் ஒரு அடையாளம்

அடையாளத்துக்கு அடிமைப்படாதே
ஏமாந்து போவாய்”
சொல்லுதல் என்பது கூட
ஒரு ஏமாற்றம் என்பதுதான் போலும்.

மேற்காணும் வரிகள் அர்த்த மயக்கநிலையானது அடையாள மயக்கநிலையெனும் ரூபம்கொண்டு நகுலன் கவிதைகளில் செயல்படுகிறது என்பதை உணரவைக்கின்றன. *நகுலன்: தேர்ந்தெடுத்த கவிதைகள்* என்கிற தொகுப்பில் நகுலனின் கவிதைகளைக் குறித்து உரையாடல் செய்திருக்கின்ற கவிஞர்கள் சுகுமாரனும் யுவன் சந்திரசேகரும் இந்த மயக்கநிலையைப் பித்துநிலையாகவும் பிறழ்மனமாகவும் அகவுலகச் சிடுக்குநிலையாகவும் சொல்லிவிடுகிறார்கள். நகுலனின் கவிதைகளை அவற்றின் செழுமையோடும் செறிவோடும் அணுக இத்தகைய கவிஞனின் அக வர்ணனைக் குறிப்புகள் உதவாது என்றே நான் கருதுகிறேன். படைப்பாளியின் அகத்தை ஆராய்வதிலிருந்து கவிதையெனும் மொழிச்செயல்பாட்டுக்கு நகர்வதே எனக்கு உவப்பாகவும் செல்லவேண்டிய வழியாகவும் இருக்கிறது. சுகுமாரன், யுவன் ஆகியோரின் உரையாடலில் மற்ற சில கவிஞர்கள் அணுகப்படுகின்ற முறையும் பிரச்சினையானதே. உதாரணமாக, “சி.மணி, ஆத்மாநாம் போன்றோர் கவிதைகளிலுள்ள மொழிச்சிக்கல் காரணமாக ஓர் எளிய வாசகரால் நேரடியாக இவர்களை அணுக முடிவதில்லை” என்கிறது அந்த உரையாடல். இது போன்ற கருத்துகள் மறுக்கப்படவேண்டியவை. சொல்லப்போனால், சி.மணியையும் ஆத்மாநாமையும் வாசித்து ஈர்க்கப்பட்டுத்தான் நான் இலக்கிய உலகத்துக்கே வந்தேன், வேறு பல வாசகர்களும்

அவ்விதம் வந்திருக்கலாம். பெரிய வாசிப்பனுபவம் இல்லாத இருபது வயதில்கூட இந்த எழுத்தாளர்களை வாசிப்பதில் தடையெதையும் நான் உணரவில்லை என்பதைப் பதிவுசெய்ய வேண்டியிருக்கிறது, இது வேறொரு விவாதம் என்றாலுமே.

நகுலனின் பல கவிதைகள் தொடர்ந்து முன்னிறுத்தும் அர்த்தத்தள, அடையாள மயக்க நிலையானது மது என்கிற காரணி சார்ந்த மயக்கநிலையாக இருக்கிறதா என்றால் மதுவுக்கு அப்பாலான நிலை அது என்றுதான் மேற்கூறிய கவிதை உதாரணங்களிலிருந்து நான் கூறுவேன். பிராந்தியும் பாட்டில்களும் வராத நகுலனின் பல கவிதைகளும் அடையாள மயக்கத்தை வாசிப்பில் தருகின்றன. நேரடியாகவே மதுமயக்க நிலையை உள்ளே கொணரும், இறையை நோக்கி நகரும் மேலே குறிப்பிட்ட பாரதியின் கவிதையிலிருந்து சற்றே அகன்றுவிட்ட நவீனமொழி நகுலனுடையது. இது கூர்ந்து கவனிக்கத்தக்கது.

ஆகவேதான் கவிஞர் ஷங்கர்ராமசுப்ரமணியன் தன் பதிவொன்றில் (2015) கூறுகின்ற கருத்து ஏற்க முடியாததாக உள்ளது. கவிஞர் கூறுகிறார்:

> *மதுவையும், நண்பர்களுடனான உரையாடலையும், போதையையும் நான் என்பது கரைந்து, லேசாக அடிநிலைக்குச் செல்லும் எத்தனமாகவே சித்தரிக்கிறார் நகுலன். அவர் பாஷையில் அது ஒரு சொரூப நிலை.*
>
> *தன் போதத்தை, தன் சுமையைக் கழற்றிக் கொள்வதற்கான இடமாக மதுவையும், அதுதரும் தற்காலிக விடுபடுதலையும் தன் கவிதைகளில்*

> அடிநிலைக்குச் சென்று வெளிப்படுத்தியவர் நகுலன். பாதலேரின் 'நன்றாகக் குடி' கவிதையையும் அவர் மொழிபெயர்த்துள்ளார். உலக அழுத்தங்கள் என்னும் கனத்தச் சட்டையைக் கழற்றுவது போன்ற உணர்வுநிலையை பிராந்தியும், இலக்கிய நட்புகளும் தருவதை அவர் தொடர்ந்து பதிவுசெய்திருக்கிறார்.

இந்தப் பார்வை நகுலனின் படைப்புலகத்தை மதுவின் போதையுலகமாகக் குறுக்குவதாகவே கருதமுடியும். ஒழுக்கமதிப்பீட்டோடு இதை நான் எழுதவில்லை. ஒரு கவிஞனின் செறிவுமிக்க மொழிவெளியை மதுவை முன்னிறுத்தி "கனத்தச் சட்டையைக் கழட்டுதல்" போன்ற உருவகங்களின் வாயிலாக இளைப்பாறுதலாகச் சித்தரித்தல் கவிஞனுடைய மொழிச்செயல்பாட்டை நீர்க்கவைக்கிற, குறைவுபடுத்துகிற, குறுக்குகின்ற செயல் என்கிறேன். மொழிச்செயல்பாட்டுக்குப் பிராந்தி பாட்டில்களாகட்டும், இலக்கிய நட்புகளாகட்டும் அடிப்படை ஆதாரத் தூண்களல்ல என்பதையே வலியுறுத்துகிறேன்.

நகுலன் கவிதைகளின் அடையாள மயக்கத்தை அல்லது மறைதலை "நான் என்பது கரைந்தது" என்று எழுதுகிறார் சுகுமாரனையும் யுவனையும் விமர்சிக்கும் ஷங்கர். சுகுமாரன், யுவன் உரையாடலில் யுவனும் "நகுலனின் கவிதைகளில் தொழில்படும் *narrative* என்பது தானற்ற நிலை" என்று கூறுகிறார். ஆக, "தானற்ற நிலை" என்பது இருசாராரும் பாடும் ஒரே கீதம்தான். ஆனால், தானற்ற நிலையைக் கூறுவது நகுலனின் கவிதைமொழி என்பது எளிமையான பார்வை. தானற்ற நிலையை மொழிவதைவிடவும் மொழிக்குறித்தளத்தைப் பிரச்சினைக்குள்ளாக்கும், அதை உடைக்கும்

புரட்சிகரமான இலக்கியச் செயல்பாடாகவே நகுலனின் கவிதைகளை நான் வாசிக்கிறேன். நகுலன் கவிதைகளில் அடையாள மயக்கமெனும் தோற்றம் கொள்ளும் அர்த்தமயக்கம் எவ்வாறு நேர்கிறது? மொழிக்குறிக்கும் *(sign)* அது சுட்டும் குறிப்பொருளுக்கும் *(object/referent)* இடையேயான தொடர்பின் நிச்சயத்தன்மையில் ஒரு விரிசலை உண்டுபண்ணுகிறார் நகுலன். சுட்டும் குறிப்பொருளை ஒன்றன்றிப் பலதாக்கிவிடுவதும் விரிசலை உருவாக்கிவிடுகிறது. உதாரணமாக:

நடுவில் யாரோ
ஒருவர் அவனை நோக்கி
"நீங்கள்?" என்று உசாவ
அவனுக்கு அவன் பெயர்
மறந்துவிட்டது.

என்கிற கவிதைவரிகளை எடுத்துக்கொள்வோம். 'அவன்' என்ற வார்த்தை திரும்பத்திரும்ப வருகிறது வரிகளில். சொற்சிக்கனம் அறியாதவரல்ல நகுலன். பின் ஏன் இத்தனை 'அவன்?' எல்லா அவன்களும் ஒன்றா, கேட்பவன் எவன், அவன் பெயரை மறப்பவன் எவன் இவையெல்லாம் அறுதியிட்டு பதில் சொல்ல முடியாத வினாக்கள். "நீங்கள்?" என்னும் சுட்டுமொழிக்குறி *(indexical sign)* இங்கே குறியீட்டுப்பொருளின்றி, அல்லது பல குறியீட்டுப்பொருள்களின் சாத்தியத்தோடு அந்தரத்தில் மிதக்கிறது. கவிதையை வாசித்து அர்த்தப்படுத்திக் கொள்வோர்களுக்குக் கவிதை அர்த்த மயக்கம் தருவது இதனால்தான். இப்படி கவிதையில் குறிப்பிட்ட எந்தக் குறியீட்டுப்பொருளோடும் தரிக்காமல், தளைபடாமல் மிதக்கும் மொழிக்குறிகளாலேயே வாசிக்கையில்அர்த்தமயக்கம் உண்டாகிறது. "ராமச்சந்திரனா" எனத் தொடங்கும் கவிதையிலும்

மொழிக்குறியை மிதக்கவிடுகிற இதேபோன்ற கவிதை உத்தியைக் காண்கிறோம். ராமச்சந்திரன் யாராகவும் இருக்கலாம், இல்லாமலும் இருக்கலாம் எனும்போது பெயர் என்கிற மொழிக்குறிக்கும் குறிப்பிட்ட நபர் என்கிற குறியீட்டுப்பொருளுக்கும் இடையே தொடர்பில் ஒரு சந்தேகம், ஒரு விலக்கம் ஏற்பட்டுவிடுகிறது அல்லவா?

இப்படியான ஒரு கவித்துவ உத்தி நகுலன் கவிதைகளில் ஏன் தென்படுகிறது என்பது விரிவான ஆராய்ச்சிக்கான விஷயம். இது குறித்துச் சில எண்ணங்களைப் பகிர நினைக்கிறேன். குறியீட்டுப்பொருளோடு தளையை அறுத்த மொழிக்குறி, அதன்பின் இனியும் மொழிக்குறியாக இருக்கமுடியுமா என்ன? மொழிக்குறியாகத் தன் நிலையைத் துறந்துவிட்ட சொல்லானது தகவல், தொடர்புறுத்தல் போன்ற சமூக ஒழுங்கமைவுகளைக் கட்டமைக்கும் அன்றாட, அதிகாரத்தின் சொல்லாடல்களிலிருந்தும் வெளியேறிவிடுகிறது. (தெளிவான சுட்டுப்பொருளன்றி தகவல், தொடர்புறுத்தல் போன்றவை எப்படி நடக்கும் என்பது இங்கே யோசிக்கத் தகும்.)

குறி என்கிற அந்தஸ்திலிருந்து ஒரு சொல் விடுதலை பெற்றிருக்கும்போது, அந்தச் சொல்லுடனான நம் உறவை இவ்வாறு புரிந்துகொள்ளலாம்: “சொல் முதலில்... தோற்கிறது. சொல் சொல்லாகக்கூட அமைந்துவிடாத நிலையில், சொல் சொல்லிலிருந்து தப்பிக்கும் கணத்தில்தான் தன்னுடைய முதல் தாவலை அது செய்கிறது. சொல்லிலிருந்து அது தப்பிக்கும் கணம் நிகழ்வு. அந்த நிகழ்வு இருத்தல்

என்பது பிரசன்னம்கொள்வது *(onset of being)* பற்றிய சமிக்ஞையாகிறது *(hint)*" என எழுதுகிறார் ஹைடெக்கர் *1999, 26)*. ஹைடெக்கரின் இந்தச் சிந்தனையை, அதாவது சொல் அதனிடமிருந்து தப்பித்தலையும், நிகழ்வென உருக்கொண்டு இருத்தலை உணரவைப்பதையும் அழகாக விளக்குகிறார் கிறிஸ்டாஃப் ஜியாரெக் *(2013)*. சொல் முதலில் தோற்றுப்போகும்போது, சொல்லாக அது அடைந்திராதபோது—அதாவது, அது மொழிக்குறிகளை அடைந்து மொழிக்குறியாக மாறாதபோது—அது மொழிக்குறிகளிலிருந்து தப்பித்துவிடுகிறது, விடுதலை பெற்றுவிடுகிறது என எழுதுகிறார் ஜியாரெக் *(104)*. மேலும், "இந்தத் தப்பித்தல் ஒரு இடைவெளியைத் திறக்கிறது, இந்த இடைவெளி இருத்தல் பற்றிய சமிக்ஞையைத் தருகிறது" என்கிறார். இந்த இடைவெளி காலமாகவும் இடமாகவும் இருத்தலின் விளையாட்டை எடுத்துக்காட்டுவதாக உள்ளது.

இதை இவ்வாறு விளங்கிக்கொள்கிறேன். குறியீட்டுத்தளத்தில் சொல் 'தோற்கின்றபோது,' அதாவது வழக்கமான சுட்டுப்பொருளிலிருந்து அது தப்பிக்கும்போது தாவல் ஒன்றை அது நிகழ்த்துகிறது. சொல் மொழிக்குறியாக இயங்க மறுத்து தாவல் நிகழும்போது இருத்தலில் அது இடம்கொள்கிறது. மொழிக்குறிகளுக்கும் மீறிய இருத்தலின் வியாபகத்தை இந்தத் தாவல் காட்டித்தருகிறது. அர்த்தங்களில் உறைந்திருக்கும் குறிகளால் இயங்கும் அன்றாடப் பேச்சுமொழிக்கெதிராக, அதன் தர்க்கத்துக்கு எதிராக இலக்கியம் முன்வைக்கின்ற சவால் இது, நடத்துகின்ற புரட்சி இது.

நகுலன் கவிதையொன்றிலிருந்து இவ்வரிகள்:

எல்லை கடந்து நின்று
நின் நிலை காக்கும் ஒரு பேராற்றல்
கனவு நினைவாக
கனவில் நினைவகல
நின்னுருவம் என்னுருவமாக
எல்லாம் இல்லாமல் ஆக

இந்தக் கவிதையை அர்த்தப்படுத்தும் யுவன் "எல்லாம் இல்லாமல் ஆக" என்பது இன்மையென்ற முடிவுக்கு வந்துவிடுகிறார். "உங்களுக்குப் பார்க்கக்கிடைப்பது வெறுமைதான். நகுலன் ஒரு குணாம்சமற்ற வெறுமையை நோக்கித் தள்ளுகிறார்" என்கிறார். ஆனால் என் வாசிப்பில் கனவும் நினைவும் கலந்தபொழுதில் நின்னுருவம், என்னுருவம் என்கிற வேறுபாடு அழிவதைக் கூறுகிறது இக்கவிதை. "எல்லாம் இல்லாமல் ஆக" என்னும் கூற்று இந்த வேறுபாடு அழிதலைக் காட்டித்தருவது. மொழிக்குறிகளால் கட்டப்படும் அர்த்தபேதம் தாண்டிய நிலை அது. இருத்தலின் வியாபகம் அது. இருத்தல் குறித்த விசாரம் நகுலன் கவிதையின் தனித்துவமான கூறு என்பதை உறுதியாகக் கூற முடியும். இந்த இடத்தில் நகுலனின் "அது" என்ற தலைப்பிட்ட கவிதையை நினைவுகூர்வது பொருத்தமாக இருக்கும். "நில்லாமல் நிற்கும் இல்லாமல் இருக்கும்" இருத்தலை ஆழ விசாரிக்கும் கவிதை அது. "எல்லாம் இல்லாமல் ஆக" என்கிற மேலே குறிப்பிட்டிருக்கிற வரி இருத்தலைப் பேசுவதாக நான் புரிந்துகொள்ள உதவிய கவிதை "அது:" கவிதையிலிருந்து சில வரிகள்:

முதலுக்கும் முடிவுக்கும்
முன்னும் பின்னும்
முழுவதுமாகப்
பின்னிப் பிணைந்து

நில்லாமல் நிற்பது
இல்லாமல் இருப்பது
தெரியாமல் தெரிவது
சொல்லாமல் சொல்லிக்கொள்வது
எல்லோரும் நினைப்பது
யாவரையும் கடந்தது
புலனுக்குப் புரியாதது
சொல்லுக்குச் சிக்காதது
என்றுமே கேள்வியாக
எஞ்சி நிற்பது
அது அதுவே.

ஏன் நகுலனின் மொழியை "இளைப்பாறும்" பரப்பாகப் புரிந்துகொள்ள முடியாது, மாறாக, இருத்தல் குறித்த பொருண்மையான விசாரணையாக அவர் மொழி எவ்வாறு செயல்படுகிறது என்பதற்கு இன்னொரு கவிதையிலிருந்தும் சில வரிகளை எடுத்துக்காட்ட முடியும்.

...

சொற்கள் நம்மை ஏமாற்றுகின்றனவா?
அல்லது கவிஞன் சொற்களைத்
துகிலுரித்துக் கொண்டே இருக்கின்றானா?

...

"பூ" என்று உதறிச் சென்று
நான் என் பயணத்தைத் தொடர்கையில் கூட
அந்த சாக்ஷாத் சந்தர்ப்பத்தில் கூடப்
பூ என்னைக் கண்டு
சிரிக்கின்றது—தோன்றுகின்றது.

...

அர்த்தமற்றப் பெரு வெளியில்
இதழ் இதழாக
ஒரு பூ விரிவதைக் கண்டு
பூ என்று உதறி எழுந்து
போக விரைந்தவன்
பூ என்று சொல்லி
வாயடைத்து நின்றேன்.

அர்த்தமற்ற பெருவெளியில் சொல் தன் குறித்தளத்தை விட்டு விலகி நிகழ்வாகிற அற்புதம் இக்கவிதையில் எழுதப்பட்டிருக்கிறது. விரிகிற பூவைச் சுட்ட முடியாமல் பூ என்ற சொல் தோற்றுப்போய் நிற்கிறது. அதே நேரம் இருத்தலை நோக்கிய தாவலாக அச்சொல் மாறுகிறது. விரிகிற பூவுக்குமுன் வாயடைத்துப்போகிறது கவிதைசொல்லிக்கு. எனக்கும் இக்கவிதைக்கு முன் கைகட்டி, வாய்பொத்தி மட்டுமே நிற்கமுடிகிறது. போதாமையுடனான மொழிக்குறிகள் மட்டுமே நம்மிடம் கைவசமிருக்கின்றன என்ற உண்மையை இன்னொரு முறை இக்கவிதை உரைக்கிறது.

உதவிய நூல்கள் / கட்டுரைகள்

தமிழ்

சுகுமாரன், யுவன் சந்திரசேகர். “தமிழ் இலக்கியச் சூழலில் வாசிக்கப்படாமலேயே அதிகம் பேசப்பட்ட கவிஞராக நகுலன் இருக்கிறார்”. நகுலன் கவிதைகள் குறித்த உரையாடல். *நகுலன்: தேர்ந்தெடுத்த கவிதைகள்.* நாகர்கோவில்: காலச்சுவடு பதிப்பகம், 2011.

ஷங்கர்ராமசுப்ரமணியன். வலைப்பூப் பதிவு: http://shankarwritings.blogspot.com/2015/09/blog-post.html?spref=fb

ஆங்கிலம்

Heidegger, Martin. *Contributions to Philosophy.* Trans. Parvis Emad and Kenneth Maly. Bloomington: Indiana University Press, 1999.

Ziarek, Krzysztof. "Giving its Word: Event (as) Language." *Heidegger and Language.* Ed., Jeffrey Powell. Bloomington: Indiana University Press, 2011.

தன்னில் அமிழ்ந்து தன்னை அழித்தல்

அபி கவிதைகள்

பொதுவாக நான் வாசிக்கும் கவிதைகளிலிருந்தும் எனக்குரிய கவிதைப் பாணிகளிலிருந்தும் அபியின் கவிதைகள் மாறுபட்டவை. பல வகைகளில் எழுதப்படுவது கவிதை என்ற வகையில் கவிதைக்கே உரித்தான பன்மைத்தன்மையின் சிறப்பு இவற்றைப் படிக்கையில் மீண்டும் உறுதிப்பட்டது.

முழுக்க முழுக்க அகத்தை எழுதிப்பார்க்கும் கவிதைகள் அபியுடையவை. அபியின் கவிதைகளில் துலங்கும் அனுபவ நிலை, அனுபவப் புலம், அகப்பயணம் ஆகியவை பற்றி ஜெயமோகன், தேவதேவன் போன்றவர்கள் ஏற்கெனவே எழுதியிருக்கிறார்கள். தேவதேவன் “அக உலகிற்குள் சொற்களுள் நடக்கும் நாடகம்” என அபியின் கவிதைகளைப் பற்றிக் குறிப்பிடுகிறார். அபியின் கவிதைகளில் துலங்கும் அனுபவ நிலை “சூன்யமானது, தத்துவச் சுமையில்லாத, நான் இல்லாத வாழ்க்கை” என்றும் அவர் கருதுகிறார்.

இவை சரியான விவரிப்புகளே. இப்படியான ஒரு பார்வையை மேற்கொண்டு கொஞ்சம் நீட்டிக்க முடியுமா என்று நாம் யோசிக்கலாம். குறிப்பாக, என்னுடைய கேள்வி இதுதான்: அபியின் அகப்பயணம் எதை நோக்கியது?

அபியின் கவிதைகளின் அகப் பயணம் நம்மிடத்தில் முன்வைப்பதை ஒரு தொடரில் சொன்னால் "தன்னில் அமிழ்ந்து தன்னை அழித்தல்." ஆனால், இது அக அனுபவமாக, அக அனுபவ வெளிப்பாடாக மட்டுமின்றி ஆதரிசமாகவும், அடைய வேண்டிய ஒன்றாகவும் அவர் கவிதைகளில் உள்ளது. இதையே அபியின் கவிதைகளின் சிறப்பம்சமாக நான் கருதுகிறேன். "ஏற்பாடு" என்ற கவிதையிலிருந்து:

என்னைத் தனக்கென்று கொள்ள
என்னிடம் எதுவும் பிறக்காமல்
பார்த்துக்கொண்டு
நான்

இக்கவிதையில் பார்த்துக்கொண்டு என்ற பயன்பாடு சில அர்த்த விளையாட்டுகளுக்கு இடமளிக்கிறது. தனக்கென எதுவும் கொள்ளாமல் இருப்பது, தன்னிடம் எதுவும் பிறக்காமல் பார்த்துக்கொள்வது, தள்ளிநின்று பார்ப்பது ஆகியவற்றுடன் அதே நேரத்தில் இவற்றுக்கான பிரக்ஞைபூர்வமான முயற்சியும் இப்பயன்பாட்டில் காட்டப்படுகிறது.

இத்தகைய முயற்சிகளை அவருடைய வேறு சில கவிதைகளும் பேசுகின்றன. உதாரணமாக, "உளவாளிகள்" என்றொரு கவிதை. இக்கவிதையில் "நானும் ஒருநாள் / என்னைத் திரட்டி / ஈம விரலை உரசி / ஈமத்தீ எழுப்புவேன்...." என்று வரிகள் வருகின்றன. தானே

தன்னைத் திரட்டி, ஈம விரலை உரசி, இறுதித் தீயை எழுப்புவதில் தன்னை அழித்துக்கொள்ளும் ஒரு பிரக்ஞைபூர்வமான முயற்சியைப் பார்க்க முடிகிறது.

சில சமயம் கவிதைகளில் இத்தகைய உக்கிரமான அழித்தல் இல்லாமல், அழித்தல் வேறு ரூபத்தில் ஒரு பரஸ்பர விளையாட்டாக, தனக்கும் எதிரில் உள்ள மற்றமைக்கும் இடையில் நடக்கும் பரிமாற்றத்தில் நடப்பதாகவும் நிகழ்கிறது. "மாற்றல்" என்ற ஒரு கவிதையை இதற்கு எடுத்துக்காட்டாகச் சொல்லலாம். கவிதை இப்படித் தொடங்குகிறது:

மாற்றிக் கொள்வோம்
உன்னுடையதை நான்
என்னுடையதை நீ

மாற்றிக்கொண்ட இடைப்பொழுது

பின்னர், கவிதை இடைப்பொழுதுகளை மாற்றிக் கொள்வது, இந்தப் பொழுதுகளின் பின்னணிகளின் தளங்களை மாற்றிக்கொள்வது, தளங்களின் நடமாட்டங்களை மாற்றிக்கொள்வது, பின்னணிகளின் சூழல்களை மாற்றிக்கொள்வது, சூழலில் சாயைகளை மாற்றிக்கொள்வது என்று போகிறது. இறுதி வரிகள் இவ்வாறு அமைகின்றன.

எனது உனது இன்றி
எதாவதாகவோ
இருக்க நேரிடும்
மாற்றிக் கொள்வோம்
ஏதாவதுகளை
வேகம் வேகமாக
...
மாற்றிக் கொள்வோம்
மாற்றல்களை

இக்கவிதை வரிகள் சுயத்தையும் மற்றமையையும் வேறுபடுத்தும் கோடுகளை—அபியின் வார்த்தைகளில் சொல்லப்போனால் இவை “மெல்லிய கோடுகள்”—அடியோடு அழிக்க முனைவதாக உள்ளன. இக்கவிதை மட்டுமின்றி அவரது வேறு கவிதைகளிலும் சுயத்துக்கும் மற்றமைக்கும் இடையிலான அடையாளச் சிக்கல் பேசப்படுகிறது. “என்ற ஒன்று” என்ற அவரது கவிதை சொல்வதைப் போல “நீ நான் என்பதே அடையாளச் சிக்கல்”தான்.

இத்தகைய சிக்கலைத் தீர்க்கும்முகமாக மனித சுயத்தின் தனித்த இருப்பை மறுக்க முனைவதாகவும் அபியின் கவிதைகள் இருக்கின்றன. இரண்டு விதமாக இது நடக்கிறது, ஒரு புறம், மனித சுயத்தின் தனித்த இருப்பை மறுக்கும் வகையில், மனம் தாண்டிய வேறு பிரபஞ்சக் கூறுகளுக்கு—உதாரணமாக, நிலம், காலம் உள்ளிட்ட பொருட்களுக்கு—மனித குணாம்சங்களை, உணர்வுகளை, தன்மைகளை, நிகழ்வுகளைக் கவிதைகள் ஏற்றித் தருகின்றன.

எடுத்துக்காட்டாகச் சில வரிகள்:

1. தன்னைக் கீறி / வெளிவந்த / விதையை / வியந்து நோக்கிற்று / மண்

2. நெருப்பைத் தன் / வேரில் கட்டிப் போட்டுச் / சிரித்தது புதர்

3. ஊர்க்கோடி / ஒருநாள் இருந்த இடத்தில் / இன்னொரு நாள் / இருப்பதில்லை

4. கிணற்று மேடையில் / சீக்கிரமே வந்துவிட்ட / பௌர்ணமி நிலவின் / விவரம் தெரியாத /

வெறிப்பு

5. நெருப்பு செத்துப்போனது

6. நெறுநெறுவென்று பேசும் ஆடி மாதம்

7. புரண்டு படுக்க இடமின்றி / ஒற்றையடிப் பாதை சலிக்கிறது

8. ஒரு துகள் மிஞ்சாமல் / பறந்துபோய்விட்ட / முதிய பொட்டல் வெளி/ மெல்லிய இருள் விரித்து / 'அமர்ந்து பேசலாம் வா'/ என்கிறது

இன்னொரு தளத்தில் மனித இருப்பு என்பதே ஒன்றுமில்லாததாக, பொருட்டில்லாததாக அவர் கவிதைகளில் வருகின்றன. மனித இருப்பைப் பற்றிப் பேசும்போது அது சார்ந்து பூச்சி, தூசி, புழுதி போன்ற உருவகங்களைச் சில கவிதைகளில் பார்க்கிறோம்.

"வெறிப்பு" என்ற கவிதையைப் பார்ப்போம்.

காலம்
ஊசியிட்டுக் குத்தி மல்லாத்திய
பூச்சிகளாய்
மனிதர்கள் - புகைப்படங்களில்
பேச முயன்று
சிரித்து திகைத்து இப்படி
மரப்பெட்டி மேல்
சிலநாளைய தூசி

"மரப்பெட்டி மேல் சில நாளைய தூசி" என்னும் படிமத்தைப் பற்றியே ஒரு சிறு கட்டுரை எழுதலாம். மரப்பெட்டி என்பது பொருள், மனிதர் படைக்கும் பொருள். ஆனால் அந்தப் பொருளுக்கு இருக்கும்

மதிப்புக்கூட நமக்கு இல்லை என்பதைக் கவிதை சுட்டுகிறது. இது முதலாவது. இரண்டாவது, தூசி என்பதில் சுட்டும் நிலையாமை. பைபிளில் *"You are dust and onto dust you shall return"* என்ற தொடரை நினைவூட்டுவது அது. மூன்றாவது, தூசி தன்னகத்தே கொண்டிருக்கும் நொய்மை. பெட்டி போன்றவற்றில் படிந்திருக்கும் தூசியைப் பார்த்தால் அதைத் தட்டிவிடுவோம். அல்லது தூசியைக் கலைத்து ஏதாவது வரைவோம், எழுதுவோம்.

அபியின் இன்னொரு கவிதை தூசியை இன்னும் கொஞ்சம் விரித்து, அதற்குக் கூடுதல் அடையாளத்தைத் தருகிறது. “போக்குவரத்துத் தூசி”யாக அது இக்கவிதையில் வருகிறது. “இயக்கம்” என்ற கவிதையில் அடிப்படையில் சுயம் என்பது வடிவமற்றதாக, போக்குவரத்தால் மட்டுமே உருவான தூசி வடிவம் கொண்டதாகக் காட்டப்படுகிறது:

நீ
இயல்பில்
வடிவிலி

போக்குவரத்துத் தூசி
உன்னைப்
பொருளாய் சமைத்தது...

மேலும், இந்த வடிவமற்ற சுயம் என்பது தனித்து இல்லாமல், சூனியத்தின் பகுதியாக, ஏன் சூனியமாகவே சில கவிதைகளில் முன்வைக்கப்படுகிறது. “உள்ளே” என்றொரு கவிதையில் “புழுங்கிய சூன்யம்” என்றொரு விவரணை வருகிறது. நான் / நீ என்று அடையாளத்தில் சிறைப்பட்டுவிட்ட, அதனால் புழுங்கும் மனித இருப்பு என்றுதான் அதைப் பொருள் கொள்கிறேன்.

ஜெயமோகன் அபியின் கவிதைகள் பற்றி எழுதும்போது அபியின் கவிதைப் பாணி எவ்வாறு தம்மைத் தாமே ரத்து செய்யும் படிமங்கள், கருத்துருவங்களின் வாயிலாக, உருவமற்ற நிலையை, அருவத்தை நோக்கி நகர்கிறது என்றொரு கட்டுரையில் எழுதியிருந்தார். கவிதைப் பாணியைப் போலவே அதில் கட்டியமைக்கப்படும் மனித சுயமும் அருவத்தை நோக்கி, வடிவமற்ற தன்மையை நோக்கித் திரும்புகிறது என்பதையும் இத்தோடு சேர்த்துப் பார்க்கலாம் என்பதையே நான் குறிப்பிடுகிறேன்.

கடைசியாக, அபியின் கவிதையில் வரும் சுயத்தின் தன்மை என்பது நவீன சுயத்தின் தன்மை. இதை முக்கியமாகக் குறிப்பிட வேண்டும். நவீனத்துக்கு முந்தைய கவிதை முன்னோடிகளிடமிருந்து, குறிப்பாக சூஃபி முன்னோடிகளிடமிருந்து அபி வேறுபடும் இடம் இது. ரூமியின் ஒரு கவிதையைக் குறிப்பிட்டுக் காட்டி அபியின் கவிதை வேறுபடும் இடத்தை எடுத்துக்காட்ட எண்ணுகிறேன். ரூமியின் வரிகள் இவை:

தோல்
குருதி
எலும்பு
மூளை
ஆன்மா என
எனக்குள் வியாபித்துள்ளாய் நீ.
நம்புவதற்கோ மறுப்பதற்கோ
இடமேதும் இல்லை.

அந்த இருத்தல் அன்றி,
இந்த இருப்பு வெறுமையே.

(தமிழில் என். சத்தியமூர்த்தி)

அபியின் “இயக்கம்” கவிதையோ இப்படி முடிகிறது:

நீ
இயல்பில்
வடிவிலி

போக்குவரத்துத் தூசி
உன்னைப்
பொருளாய்ச் சமைத்தது

சுத்தமான தூசி
கிரீடமாய்த் தலையேறிற்று
...

போக்குவரத்து
இல்லாதிருந்திருக்கலாம்

ரூமியை மொழிபெயர்த்திருக்கும் சத்தியமூர்த்தியின் பின்னுரையை மனதில்கொண்டால் ரூமி தன் சிநேகிதன் ஷம்ஸின்பால் கொண்ட பேரன்பு அவரது மெய்ஞானமாக, ஆன்மீகத்தை நோக்கிய விழைவாக மாறுகிறது. அதுவே ரூமியை “நானும் அவரும் ஒன்றே எனும்போது இனி நான் எதைத் தேடுவது” என்று கேட்க வைக்கிறது. மனித இருப்பை அதனளவிலேயே கொண்டாடும் கவிதைகளை ரூமியிடம் பார்க்கிறோம். இதற்கு நேர்மாறாக அபியின் கவிதையில் “நான்” என்பதே சுமையாக, தேவையற்ற விலகலாக. புகை போன்ற இருண்மைப் படிமமாக உருக்கொள்கிறது. சூனியம் அல்லது வெற்றிடத்திலிருந்து மனித சுயம் அந்நியப்பட்டிருப்பதைக் கூறி, மீண்டும் அதை நோக்கித் திரும்பிவிடக் கோருகிறது கவிதை. “போக்குவரத்துத் தூசி” எனும்போது அந்தப் படிமத்தை நடப்புலகம் தாண்டிய பிரபஞ்சத் தத்துவத்தை வைத்து மட்டும் பார்க்க இயலாது. போக்குவரத்து என்ற சொல்

இணைந்து பொருத்திக்கொள்ளும் நவீனத்தையும், அத்தோடு தூசி சேரும்போது சுட்டப்படும் பெறுமதியின்மையையும் விலக்கத்தையும்கூட நாம் கருத்தில்கொண்டாக வேண்டும்.

அபியின் கவிதைகளில் நவீனத்தை நோக்கி நடக்கும் இத்தகைய நகர்வு குறிப்பிடத்தக்கது. கவிதையில் அக அனுபவம் என்று பேசும்போது அதைத் தனிநபரது அனுபவமென்று மட்டும் கருதினால் அது குறுக்குவதாக இருக்கும். ஒரு கவிதை முன்வைக்கும் அனுபவம் அது எழுதப்பட்ட காலச்சூழலோடு தொடர்புறுத்திக்கொள்ளும். அபியைப் பொறுத்தவரை இன்றைய நவீன வாழ்க்கையோடு அவர் எழுத்து எப்படி தொடர்புகொள்கிறது, அந்தச் சூழலில் அபியின் பிரத்யேகக் கவிதைக் கையெழுத்தாக முன்வைக்கப்படும் அக அனுபவத்தின் இடம் என்ன, அத்தகைய அனுபவத்தின் மதிப்பு என்ன ஆகியவற்றையும் பார்க்க வேண்டும். அபியின் கவிதைகளைப் பொறுத்து விரிவாகவே முன்னெடுத்துச் செய்யவேண்டிய பணி அது. அந்தத் திசையை இக்கட்டுரையில் கைகாட்டியிருக்கிறேன்.

உதவிய நூல்கள் / கட்டுரைகள்

அபி. *அபி கவிதைகள்*. சென்னை: அடையாளம், 2019.

சத்தியமூர்த்தி, என். ரூமி: ஓர் அறிமுகம். *தாகங்கொண்ட மீனொன்று*. ஜலாலுத்தின் ரூமி. Last Resort, 2016.

ஜெயமோகன். “அபியின் அருவக் கவியுலகு-3.” https://www.jeyamohan.in/127840/

ரூபத்திலும் ரிஷபத்திலும் தோய்ந்து அர்த்தம் கலைத்தல்

பிரம்மராஜன் கவிதைகள்

“வாசித்தல் என்பது ஆக்கத்தை இச்சித்தல், ஆக்கமாக மாற விரும்புதல்”

– ரோலண்ட் பார்த்

கவிஞர் பிரம்மராஜனின் கவிதைகளின் சாரத்தைப் புரிந்துகொள்ளும் முயற்சியில் இக்கட்டுரை எழுதப்படவில்லை. இயலாத காரியம் அது. என்னோடு தொடர்ந்து கண்ணாமூச்சி ஆட்டம் ஆடிக்கொண்டிருப்பவை இக்கவிதைகள். ஒரு சமயம் பிடிபட்டதுபோலத் தோற்றம் தரும், அதே சமயம் அகப்படாமலும் போகும். எனக்கும் அதுதான் நேர்ந்தது. எனவே இந்தக் கட்டுரையின் தருணம் சாலையில் செல்லும் பேருந்திலிருந்து கையசைவு தெரிய அதைப் பார்க்கும் ஒருவர், அதாவது கவிதைகளை வாசிக்கும் ஒருவர், அதைப் பெற்றுக்கொள்கிற ஒரு

தருணம் மாத்திரமே. கட்டுரையின் இந்தத் தருணம் தன்னளவில் தனித்தன்மையானது. அதே நேரத்தில் கடந்துவிடக்கூடியது. கையசைக்கும் கவிதைகள் “மனம்கொள்ளுதல்” எனும் ஒன்றைக் கவிதை வாசகரான எனக்குச் சாத்தியமாக்கியிருக்கின்றன. அதுவே இக்கட்டுரை எழுத, அதாவது கையசைப்புக்கு இருக்கும் ஒரே முகாந்திரம்.

மனம்கொள்ளுதலைப் பற்றிக் கொஞ்சம் கூற வேண்டியது அவசியம். அதற்கு முன் “கவிதை எது” என்பதைப் பற்றி, நவீனத்துவ, பின்நவீனத்துவக் கவிதைச் செயற்பாடுகளின் பொருட்கோடலை முன்னிட்டு தத்துவ அறிஞர் தெரிதா தருகிற முள்ளெலி உருவகம் கவனிக்கத்தக்கது (தெரிதா 1991). தெரிதாவின் வார்த்தைகளில் கவிதை, குத்துகிற, தனிமையிலிருக்கிற, கட்டுப்படுத்தப்படாத, எளிதில் முறியக்கூடிய, அழையாது நெருங்குகிற அபாயத்தின் முதல் குறியிலேயே தன்னை ஒரு பந்தாகச் சுருட்டிக்கொள்ளும் முள்ளெலியாக உருவகம் கொள்கிறது. நெடுஞ்சாலையில் கிடக்கிற, ஆகவே உலகின் எல்லாவித அபாயங்களுக்கும் — பொருத்தமற்ற பொருள் கொடுக்கும் நம் முயற்சிகள் உட்பட — தன்னை வெளிக்காட்டுகிற முள்ளெலி அது; அதே நேரத்தில், நம் பொருட்கோடல்களிலிருந்து தப்பியபடி, தற்காத்துக்கொண்டபடி இருப்பது அது. எப்போதுமே பின்னோக்கிப் போனபடி, ஒடுங்கிச் சுருண்டு, நம் வாகனம் அதை மோதி அழிக்கும் முன்பே கண்ணுக்குத் தெரியாமல் தப்பித்துவிடுகிற முள்ளெலியாக உள்ளது கவிதை (223-229). ஆனாலும், முட்களாலான அதன் பாதுகாப்பைத் தாண்டியும், அதன் முறியக்கூடிய தன்மையைத் தாண்டியும் கவிதையைக் கண்டு, அதை நெடுஞ்சாலையிலிருந்து

மனத்துக்குக் கொண்டுவர வேண்டும் என்பதையும் தெரிதா சுட்டுகிறார்.

மனம்கொள்ளுதல் என்கிற செயல்பாட்டை விவரிக்கும் வகையில் தெரிதா இவ்வாறு எழுதுகிறார்: *“மனத்துக்குக் கற்றுத்தருகின்ற, மனத்தைக் கண்டுபிடிக்கின்ற, கடைசியாக, மனம் என்ற வார்த்தையாகவே அர்த்தப்படும்படி தோன்றுகின்ற, என் மொழியில் அவ்வார்த்தையிலிருந்து எளிதில் பிரித்தறிய முடியாதிருக்கின்ற ஒன்றையே கவிதை என்றழைக்கிறேன்” (231).* இங்கே மனம் என்பதைத் தனிப்பட்ட ஒருவரின் அகமாக மட்டும் குறைத்துப் புரிந்துகொள்ள இயலாது (அட்ரிஜ் 1992, 22). கவித்துவ அறிதலின்போது அகம், புறம் என்னும் இரு பரிமாணங்களிலும் மனம் இயங்குகிறது (அட்ரிஜ் 22). இப்படிச் சொல்லலாம்: கொள்ளுதல் என்பது வெளியிலிருந்து கற்றுக்கொள்ளுதலாகவும் தனக்குள் (பத்திரப்படுத்தி) வைத்துக்கொள்ளுதலாகவும் ஒரே சமயத்தில் இருக்கிறது. என்றோ வாசித்த ஒரு கவிதை இன்றும் ஒரு தனித்த கவித்துவ நிகழ்வாக நமக்குள் பதிந்து போயிருக்கிறது. மேலும், ஒருவருடைய மனம் (கவிதையிலிருந்து அல்லது கவிதையை) கற்றுக்கொள்ளும்போது அது அவருடையதாக மட்டுமில்லை. அது *“தன்னிடத்திலிருந்து அந்நியமான, மற்றமையான ஒன்றை, எழுத விழைதலின், நினைவுகூர விழைதலின், எடுத்துக்கொள்ள விழைதலின், தன்னுடையதாக்கிக்கொள்ள விழைதலின், தன்னுடைய பொருளாகவே ஆக்கிக்கொள்ள விழைதலின் மனமாகவும் இருக்கிறது” (ராயல் 2003, 193).*

இவ்வாறு உள்ளுக்கும் வெளிக்கும், அகத்துக்கும் புறத்துக்குமான இயக்கத்தில், இடைமுகத்தில் கவிதை

இயங்குவதால் அது தன்னைக் குறித்த எவ்வகை முரண்களையும் (உதாரணமாக, பரப்புரை x அழகியல் வெளிப்பாடு போன்றவை) அழித்துவிட வல்லதாக இருக்கிறது. தெரிதாவின் “கவிதை எது” என்கிற கேள்வி “காதல் எது,” “ஞாபகம் எது’ என்கிற கேள்விகளை ஒத்தது, இதயத்தின் விவகாரம் அது என்று எழுதுகிறார் நிகலஸ் ராயல் (193). இந்தக் கூற்று அகத்துக்கும் புறத்துக்குமான இயக்கத்தை, இடைமுகத்தைப் புரிந்துகொள்ள வைக்கிறது. காதல், ஞாபகம் இரண்டிலுமே நமக்கு வெளியே உள்ள இன்னொரு பொருளை நம் அகத்துள் கொண்டுவரப் பார்க்கிறோம் இல்லையா? கவிதையும் அதே போல்தான்.

கவிதை, படைப்பிலக்கியம் குறித்த தெரிதாவின் எழுத்துகளுக்கு ஓரிரு பத்திகளில் எந்த நியாயத்தையும் செய்ய முடியாது. தனியான பல நூல்களை எழுதக் கோருபவை இவை. மேலும் தெரிதாவின் அணுகுமுறையை அச்சு அசலாக இக்கட்டுரை பின்பற்றவுமில்லை. இவற்றை எளிய அளவில் இங்கே சுட்டக் காரணம், பிரம்மராஜனின் கவிதைகள் புரியவில்லை, அந்நியமாக இருக்கின்றன என்றெல்லாம் தொடர்ந்து தமிழ்ச் சூழலில் முன்னெடுக்கப்பட்டுவரும் தவிர்ப்புச் சொல்லாடல். இதைக் கவிஞரும் விமர்சகருமான க. மோகனரங்கன் செறிவான தன் கட்டுரையொன்றில் எதிர்கொள்கிறார். பிரம்மராஜனின் கவிதைகள் அந்நியமானவை என்று வைக்கப்படும் விமர்சனத்துக்குப் பதிலளிக்கும் வகையில் எழுதுகிறார்: “கவிதைக்கே உரியனவாகப் பிரத்யேகமாகக் கருதப்பட்ட உயரிய தேட்டங்களை விடுத்துச் சமகால லௌகீக வாழ்க்கையின் சகலக் கூறுகளையும் மொழிவயப்படுத்துவதாக அமைகிறது

இன்றைய கவிதை. ஒரு தனிநபரின் நுட்பமான மனம் மொழியைச் சந்திக்கும் அந்தரங்கமான தருணமே கவிதை என்னும் மரபான பார்வையினூடாக அணுகுபவர்களுக்கு பிரம்மராஜனின் கவிதைகள் அதிக ஏமாற்றத்தையே அளிக்கக்கூடும். மாறாகப் பல்வேறு அறிவுத் துறைகளும் கலை வடிவங்களும் கலந்து ஊடாடுவதனால் சலனமுறும் ஒரு விரிந்த மொழிப்பரப்பாகக் கவிதையை உருவகித்துக்கொள்ள முடிபவர்களுக்காக இவரது கவிதைகள் விடுவிப்பின் சவாலைத் தமக்குள்ளாகப் புதைத்துவைத்திருக்கும் வசீகரமிக்க புதிர்கள்” என்கிறார் *(2004, 17)*.

மேற்கூறிய வாக்கியங்களிலிருந்து விலகி நான் கவிதையை அணுக நினைக்கிறேன். ‘தனிநபர் மனம் கவிதையைச் சந்திக்கும் தருணம்’ *x* ‘கவிதையின் மொழிப்பரப்பு’ என்கிற இருமை மோகனரங்கனின் கட்டுரையில் முன்வைக்கப்படுகிறது. மேலும் வாழ்க்கையின் சகல கூறுகளும் கவிதையில் மொழிவயப்படுகின்றனவாகச் சொல்லப்படும்போது, மொழியானது மனம் என்ற ஒன்றுக்கு வெளியே வைக்கப்பட்டு விதந்தோதப்படுவதாக எனக்குத் தோன்றுகிறது. முதலில் கவிதை தன்னை வாசிப்பில் தனித்துவ நிகழ்வாக உணர்த்திக்கொள்கிறது. இந்த நிகழ்வு வாசகரிடம் நடப்பதால் அதை மொழிப்பரப்பில் வைத்து மட்டும் பேச முடியாதென நினைக்கிறேன். எனவே இந்த இருமைகளைத் தள்ளிவைத்துவிட்டுப் பார்க்கும்போது, ஒருவருடைய அகப்பரிமாணத்தைத் தாண்டி விரிவடையும் மனம்கொள்ளுதல் என்ற செயல்பாட்டில் கவித்துவத்தை நாம் அறிகிறோம், உள்வாங்குகிறோம்.

இந்த அடிப்படையில் பார்க்கும்போது புரியாமை

என்கிற குற்றச்சாட்டின் அடிப்படையாக இருப்பது கவிதைக்கான மனம்கொள்ளுதல் நிகழாமையே என்று சொல்லலாம். கவிதைக்கான ஆழ்ந்த வாசிப்புச் செயற்பாடுகளை உருவாக்காமல், பயிலாமல் கவிதையால் கண்டடையப்படுகிற மனம் சாத்தியமில்லை, எனவே கவிதையை ‘மனம்கொள்ளுதல்’ நடக்காமல் போய்விடுகிறது. பிரம்மராஜன் போன்ற கவிகளின் ஆக்கங்களைக் குறித்து எத்தனை ஆழமான, விரிவான நூல்கள் வந்திருக்க வேண்டும்? குறைந்தபட்சம் கருதத் தக்க வகையில் எத்தனை கட்டுரைகள் நம்மிடையே இருக்கின்றன? கூர்ந்த வாசிப்புக்கு வழிகாட்ட, அதை வளப்படுத்த திறனாய்வுகள் வளர்த்தெடுக்கப்படாதது நம் சூழலில் நிலவும் பெருங்குறைபாடு. கவிதை புரியவில்லை என்ற குற்றச்சாட்டின் திரைமறைவில் நிற்பது உண்மையில் நம் இலக்கியச் சூழலின் இந்தக் குறைபாடுதான்.

மேலும் கவிதையின் “வசீகரமிக்க புதிரை” அவிழ்ப்பதல்ல திறனாய்வு. சொல்லப்போனால் அது இயலாத ஒன்று. தவிர ஒத்திசைவுடனான அர்த்தத்தை அல்லது மொழிக்கு அப்பாலான அர்த்தத்தைத் தேடிக் கண்டெடுப்பதும் திறனாய்வின் நோக்கமில்லை. மனம்கொள்ளுதலில் மீளுருவாக்கப்பட்ட கவிதையின் பயணத் தடங்களையும் நம்முள் சேகரமான இதர தடங்களையும் தொடர்புறுத்தி எழுதிப் பார்த்தலைத் திறனாய்வு செய்கிறது. தடம் என்னும்போதே பொருண்மையான ஒன்றைக் குறிக்காமல் கவிதை நகர்ந்துவிடுதல், நினைவுகூரல் போன்றவையும் சுட்டப்படுகின்றன. நகர்ந்துவிடுதல், நினைவுகூரல் இவையெல்லாம் அர்த்தம் நழுவுதல், நகர்தல், அறுதியிட முடியாத தன்மை போன்றவற்றையும் குறிக்கின்றன.

இந்தக் கட்டுரையும் பிரம்மராஜனின் கவிதைகளில் நடக்கும் நழுவுதலை, நகர்ந்துவிடுதலை எழுதுவதாக இருக்கிறது. இரண்டு இணைதளங்களில் இந்த நழுவுதல், நகர்ந்துவிடுதல் நடக்கின்றன. முதலாவது தளம் இசையுடன் இயைந்த அருவமான தளம். இசையில் கவிஞருக்கிருக்கும் ஈடுபாட்டினால் பல கவிதைகளில் இசை தொடர்பானவையும் இசைக் கலைஞர்களும் நேரடியாகவே குறிப்பிடப்படுகிறார்கள் (எ.கா: "உன்னிடம் யாசித்தது யதுகுல காம்போஜி" *[52]*, "உப்புங்கடல் கரையைத் தழுவுகையில் ஹிந்தோளமே" *[205]*, "எமிலி டிக்கின்சன்-1994" *[173]*, பீம்சேன் ஜோஷியின் தேஷ் *[208]*). பிரம்மராஜனின் கவிதைகளில் "மொழிப் பிரயோகத்தின் இணக்கமும் சொல்லிணைவுகளும் உள்ளார்ந்த தாளமும்" கூடியிருக்கும் வரிகளைப் பற்றி மோகனரங்கனும் குறிப்பிட்டிருக்கிறார் *(19)*. என் வாசிப்பில் இசைத்தன்மையோடான கவிதை வரிகளில் அர்த்தம் நகர்தலை, அல்லது சொல்லின் வழக்கமான அர்த்தம் தனது இன்றியமையாமையை இழப்பதைக் காண முடிகிறது. இது எப்படி நடக்கிறதெனப் பார்ப்போம்.

"கவிதையாக" என்ற கவிதையின் சில வரிகள் இவை:

ஆரவாரக் குரல்கள்
அவை எவை எவை
என்பன பற்றி யாருக்கு
என்னென்ன
ஏனின் ஏன்களில் எத்தனை எவற்றுக்கு
அத்தனையுமெனில்
உன்னில்லாததை என்னில்லாததை
எண்ணில்லாத
எண்ணில் வந்து கலக்கும்

எவருமற்ற வெளிகளின் ஆழ்
தான் அது
தான் அது
எனும்போதே பாழ் எல்லாம் (68)

இந்தக் கவிதையின் முந்தைய வரிகளில் ஈகோ என்றொரு சொல் வருகிறது. ஈகோ ஒருவரிடம் முளைக்கிறபோது விளைவு பாழ் என்கிறாரோ கவிதைசொல்லி என்று கடைசி வரியை வாசிக்கும்போது ஒரு கணம் தோன்றலாம். ஆனால் அந்த அர்த்தத்திலிருந்து கவிதையை வேறு பல சொற்கள் ஏற்கெனவே நகர்த்திவிடுகின்றன. "என்," "ஏன்," "ஏன்களின்," "என்னில்லாத," "உன்னில்லாத," "எண்ணில்லாத," "என்னென்ன," "தான் அது," "தான் அது," "எனில்," "எண்ணில்" தாளக்கட்டொலிகளுக்குச் சொற்கள் நகர்கின்றன. இவற்றின் ஒன்றுக்கு மேற்பட்ட அர்த்தங்கள், கொள்ளும்போதே தீர்மானிக்கமுடியாதபடிக்கு நகர்ந்துவிடுகின்றன. எடுத்துக்காட்டாக: "உன்னில்லாததை / என்னில்லாததை / எண்ணில்லாத / எண்ணில் வந்து கலக்கும்": இதை வாசிக்கும்போது 'எண்' ஒலி 'என்' ஒலியின் தடத்தை தன்னுள் கொணர்ந்து ஒன்றுக்கும் மேலான அர்த்தங்களைத் தருகிறது (எண்ணில்லாத என்னில், எண்ணில்லாத எண்ணில், என்னில்லாத என்னில், என்னில்லாத எண்ணில் என்றெல்லாம் சொல்லிக்கொண்டே போகலாம்). ஒற்றை அர்த்தத்திலிருந்து கவிதை நகர்கிற வழியில், அதன் இசைத்தன்மையின் செயல்பாடு இது எனலாம்.

போலவே "மடி மலர் சித்திரம்" என்றொரு கவிதையிலும் தாளக் கட்டொலிகளுக்குச் சொற்கள் நகர அர்த்தம் உருவாகும்போதே கலைவதைப் பார்க்கிறோம்.

கவிதையிலிருந்து சில வரிகள்:

நீங்கள் சிந்தித்ததெல்லாம் நிலவு
மறந்ததெல்லாம் நனவு
படித்ததெல்லாம் புழுதி அசைவு
பார்த்ததெல்லாம் பறவையின் போலி
...
வேர்கள் பன்னிரு கரங்களாய்
ஊடுருவும் இருளிடை இரவு
யாவும்
யாவும்
யாரோவாகும்
போவும் போவும் (142)

கவிதை மனம்கொள்ளும்போது “நிலவு,” “நனவு,” “அசைவு,” “இரவு,” “மறந்ததெல்லாம்,” “படித்ததெல்லாம்,” “பார்த்ததெல்லாம்,” “யாவும்,” “யாவும்” “யாரோவாகும்,” “போவும்,” “போவும்” போன்ற ஒலிகளின் பரவல் நிகழ்கிறது. ஒலிகளைப் பற்றிக் குறிப்பிடும் பிரம்மராஜன், “மொழி மனத்தில் ஏற்படுத்தும் ஒலிச் சலனங்களையும் அந்த ஒலிச் சலனங்களூடே அர்த்தச் சலனங்களும் உண்டாகும்போது மிகவும் அடர்த்திச் செறிவான ஒரு கவிதை கிடைக்கிறது” என்று தன் கட்டுரையொன்றில் எழுதுகிறார் (2004, 254). ஆனால், ஒரு வாசகராக ஒலிச் சலனங்களால் உண்டாகும் அர்த்தச் சலனங்கள் மறைதலும் கூடவே சில கவிதைகளில் நடக்கிறது, அது உடனடியாகவும் நடக்கிறது என்கிறேன்.

இப்படி விவரிக்கலாம்: ஒரு குளத்தின் பரப்பில் கல்லொன்று விழுகிறது. அப்போது உண்டாகும் சப்தம் ஒலிச் சலனமென்றால் நீர்ப் பரப்பில் உருவாகும் குற்றலைகளை அர்த்தச் சலனம் என

உருவகிக்கலாம். ஒன்றுக்கும் மேலான கற்கள் குளத்தில் போடப்படும்போது தாளக்கட்டுடன் கூடிய ஒலிச் சலனங்கள் இசைக்கோவை ஒன்றை உருவாக்குவதை உருவகிப்போம். அதேபோல் இசையொலிகள் கூடிய கவிதை விதவிதமாக உருவாக்கும் அர்த்தச் சலனங்கள் குற்றலைகள் போல் உருவாகி, விரிந்து, ஒன்றோடொன்று கலக்கின்றன, அதே நேரத்தில் அவை தோன்றுவதுபோல் தோன்றி மறைவதுபோல் மறைந்தும் விடுகின்றன. மேலே குறிப்பிட்ட கவிதையில் முதல் சிலவரிகளில் "நீங்கள்" என்ற சொல்லால் ஓர் அர்த்தப் பிணைப்பு கிடைக்கிறது. "நீங்கள்" என்ற முன்னிலை இடச் சொல்லை, சிந்தித்தல், மறத்தல், படித்தல், பார்த்தல் போன்ற கவிதையில் குறிப்பிடப்படும் வினைகளோடு இணைத்துப் பார்க்கவும் முடிகிறது. என்றபோதும், இந்த வினைகள் எவற்றை முன்னிட்டு கவிதையில் உள்ளன, இவற்றுக்குள்ளே உள்ள தொடர்பு என்ன போன்ற கேள்விகள் சலனங்களாய் விரிகின்றன. ஆனால் கடைசி சில வரிகளில் (யாவும் / யாவும் / யாரோவாகும் / போவும் போவும்) "நீங்கள்" என்கிற முன்னிலை தந்த அர்த்தம் முற்றிலும் அழிபட்டுவிடுகிறது.

மற்ற சில கவிதைகளில் முதல் வரிகளிலிருந்தே அர்த்தச் சலனங்கள் உருவாவதும் மறைவதும் ஒரே கணத்தில் நிகழ்ந்துவிடுகின்றன. அதாவது, வழக்கமான அர்த்தப் பிணைப்பு முதலிலிருந்தே குலைந்துவிடுகிறது. எடுத்துக்காட்டாக "சிலரால் நான்" (79) என்ற கவிதையின் முதல் வரிகளிலேயே இயங்கும் இசைத் தன்மையைக் குறிப்பிட விரும்புகிறேன்.

நீயோ நீங்களோ நீவிரோ
இழையும் பிழை
எமக்குள் எங்களுக்குள்

உம் நம்மில் ‘தான்’கள் சுழல் ‘நான்’கள்
மரம் வெட்டி
மழை அறுத்து
விற்றுப் பார் விண்கலங்கள்
தொட்டுப்பிடி தொலைவின் தொலைவை.

இக்கவிதையில் தலைப்பிலிருந்து முதல் வரிகளும்கூட நம் பொருட்கோடல்களுக்குச் சிறிதும் முகம் தருவதில்லை. முட்கள் மட்டுமே காட்சிக்குத் தந்து தன்னை முழுதாக மறைத்துவிட்டிருக்கும் முள்ளெலிப் பந்து இக்கவிதை. “அதுவே யாம்” *(91)*, “வேனிற்கால உருவகம்” *(125)*, “அங்கேயிருத்தல்” *(247)* போன்ற கவிதைகளையும் இவ்வரிசையில் வைக்கலாம்.

ஒலி உருவாக்கும் அர்த்தச் சலனங்கள் குற்றலைகளாக உருவாகி விரிந்து மங்குதலை அழகாக உணரவைக்கிற மற்றொரு கவிதை “தெரிதல் புரிதல்” *(90)*. கவிதை இவ்வாறு தொடங்குகிறது:

நான் எழுதிக்கொண்டிருப்பதை
எழுதிக்கொண்டிருக்கிறேன்
எழுதிக்கொண்டிருக்கிறேன்
என்பதை எழுதிக்கொண்டிருக்கிறேன்
எழுதிக்கொண்டிருப்பதாக எழுதுவதை
எழுதுகிறேன் எழுதுவதை எழுதுகிறேன் என்று
எழுதிக்கொண்டிருப்பதை எழுதுகிறேன்
எழுதுவதால் எழுதுகிறேன்

இந்த வரிகளில் ‘எழுது’ என்ற ஒலி வேறு துணைச் சொற்களின் ஒலிகளோடு (“கொண்டு,” “கிறேன்” போன்றவை) சேர்ந்து ஆங்காங்கே அர்த்தச் சலனங்களின் குற்றலைகளை எழுப்புகிறது. ஒரு சுருள் விரிவதைக் கண்முன் கொண்டு வரலாம். அது மாதிரி இந்தக்

குற்றலைகள் விரிகின்றன. அடுத்த சில வரிகளுக்குப் பிறகு 'ஆக' என்ற சொல் ஒலிக்கத் தொடங்குகிறது.

கேட்கப்படுகிறவன் கேள்வியாக
தெரிபவன் அறிதலாக
புரிபவன் புரிதலாக
பூப்பவன் புழுவாக

என்று கவிதை செல்கிறது. பின்னர் வருகின்ற வரிகள் இவை:

சாம்பல் உன் எலும்பாய்
பாஸ்பரஸ் பகற்கனவாய்ப்
பகற்கனவு பதியன்பூவாய்
பூத்தது புதிர்ந்து
புரியாததாய்
அடுக்கடுக்காய் அணு அணுவாய்
அலையில் அலையில்
தழுவித் தழுவிக்
கழுவிக் கரைந்த உடலாகக்
கரைமீது கால்

"ஆக" ஒலிக்குப் பின் "ஆய்" ஒலிகள் கவிதையில் எழுகின்றன. இவை பெருக்குகிற சுருள் சுருளான குற்றலை அர்த்தச் சலனங்களின் தொகுதிகள். இவைகளெல்லாம் இணைந்து கலக்கின்றன. "அடுக்கடுக்காய் / அணு அணுவாய் / அலையில் அலையில்" என்ற வரிகளில் கவிதையின் இசைத்தன்மையின் நீர் உருவகம் கவிதைக்குள்ளேயே சுட்டப்படுகிறது. கடைசியில் கவிதையின் மனம்கொள்ளுதலில் உள்வாங்கப்பட்ட வாசகர் கவிதையோடே கலந்து கரைந்து கவித்துவ நீர்ப்பரப்பில் அவருடல் கிடக்க, அவரது கால் மட்டும் கரை மீது இருக்கிறது. தரையில் கால் பதிய வேண்டும்

என்கிற நடைமுறைக்கான கூற்று நினைவில் வருகிறது. முழுக்க உள்வாங்கப்பட்டும் கரை சுட்டுகிற யதார்த்த உலகை ஒரு சின்னப் பிடிமானம் போல வாசகரின் கால் தொட்டபடி கிடக்கிறது.

அர்த்தம் நகர்தல் நடக்கிற இன்னொரு தளம் உருவத் தளம். சிலுவை சுமக்கிற பெண் முண்டம் *(95)*, மைக்கேல் ஆஞ்சலோ உலோகப் புடைப்புச் சிற்பம் *(133)*, இடை சிறுத்து தோல் உலர்ந்த மாதுளம் பெண் *(195)*, பின்னமுற்ற மீன் கன்னி *(237)*; பிரம்மராஜனின் கவிதைகளில் இப்படி நமக்குக் கிடைக்கும் பற்பல உருவமாதிரிகளில் சிவன் உரு முக்கிய இடம் பெறுகிறது. ஆனால் இந்த சிவன் உரு தல புராணங்கள் போன்ற புராணங்களைச் சுட்டும்போதே கவிதை இந்தப் புராணச் சுட்டுதல்களிலிருந்து நழுவிவிடுகிறது. "புராதன இதயம்" கவிதை தொடக்க வரிகளிலேயே "லிங்கமேஸ்வரன்" என்கிற குறிப்பைப் பார்க்கிறோம் *(153)*. பொருண்மையான லிங்க வடிவம் கட்டியெழுப்பப்படுகிறது. "கடலோடியின் சமுத்ர மனம்" முதல் வரி ராமேஸ்வரம், ராமலிங்கம் என்று அர்த்தமொன்றை உருவாக்க உதவுகிறது. "இசை மயக்கும் அரக்கர் கோமான்" என்ற வரிக்கு வருகையில் சிவபக்தனான ராவணனை நினைவுகூராமல் இருக்க முடியாது. ஆனால், இவ்வரிக்கு அடுத்ததற்கு அடுத்தது "எண்களைத் தேடிப்பாடும் லேஸர் ஒளி" என்று இருக்கிறது. "கச்சித இசைத்தட்டில் .... சுழல் பாதையில் விஷயங்கள் பதிவாக்கப்பட்டிருக்கின்றன" என்கிற குறிப்பு உடனே வருகிறது. இசைத் தட்டும் புராணமும் அவற்றின் சுழல்தன்மையில் / சுழற்சித்தன்மையில் தொடர்புறுத்தப்படுகின்றன. முந்தையதன் வட்டத்தன்மை பொருண்மை சார்ந்தது; இரண்டாவதன்

வட்டத்தன்மை புராண மீள்-கூறல் சார்ந்தது. கவிதையை வாசிக்கையில் லிங்கமேஸ்வரனாகிய சிவனும் ராவணனும் இசைத் தட்டு சுழல் பாதையில் பொறிக்கப்பட்ட ஒலி ரேகைகளாக ஆகிவிடுகிறார்கள். உருவ பிம்பங்களை எழுப்பி அவற்றைத் தட்டையாக்கி ரேகையாக மாற்றுதல் இங்கே நடக்கிறது.

வேறு சில கவிதைகளில் மாதொருபாகனாக சிவன் உருவம் நவீனத்தை நோக்கி நகர்கிறது. வேறு பாலியல் நிலைகளைப் பேச முகாந்திரமாகவும் அது உள்ளது. உதாரணம் "கடல் இடை மலைகள்" கவிதை. முதல் சில வரிகளில், "அரைகெழு கோவண ஆடையில், பாம்பு இரைக்க" ஆடும் (சிவனின்) ஆடலைக் கவிதை முகமாக நாம் பார்க்கும்போதே ரேயும் பால சரஸ்வதியும் அந்த ஆடலோடு இணைந்துகொள்கிறார்கள். கவிதையின் கடைசி வரிகள் இவை:

உமை முலை அவர் பாகம்
இருளாய கரையில்
அருளாகும் நின் தேகம்
எண்ணற்ற வண்ணத்து LED
ஒளிரும் என் அகம்

இடப்பாகம் உமையைக் கொண்ட மாதொருபாகனின் தேகம், ஆண்-பெண் இணைவுக்கான, *androgyny* நிலைக்கான குறியீட்டுப் படிமம். இறையருளின் தேகமும் அது. ஆணையும் பெண்ணையும் *binary* இருமையாக வகைமைப்படுத்தும் இருளொத்த அறியாமைக்கு மாற்று அது. ஆனால், இந்த அருள் தேகத்தால் அகம் *LED* பல்புகளின் வண்ணமயமாகும்போது, ஆண்-பெண் இணைவின் குறியீடு புராணத்தில் மட்டும் கால் கொள்ளாமல் "நவீன" வாழ்வின்

காட்சியொன்றுக்கு நகர்கிறது. இங்கே கறுப்பு-வெள்ளையற்ற வண்ணமயங்கள், ஆண்-பெண், கறுப்பு-வெள்ளை இருமை வகைமைகளைத் தாண்டி பல்வேறு வகையிலான பாலியல்களைக் குறிப்பதாகக் கொள்ளலாமா? இவ்வாறு உரு குறித்த புராணத்தைத் தொட்டு, அங்கிருந்து வேறு அர்த்த சாத்தியங்களுக்கு நழுவுகிறது கவிதை.

மற்றுமொரு கவிதையில் மாதொருபாகன் என்னும் படிமம் நோயுற்ற தேகமாகிவிடுகிறது. “கல்பழமும் கரும்புப்பூவும்” என்ற கவிதையிலிருந்து சில வரிகள் *(135):*

எம்பெருமான் சம்ஹார நடனத்தில்
கரும்பு பூத்திருக்கிறது
கழனியில் போய்ப் பார்
கனவில் வரும் கான்சர் முலைப் பெண்ணை

கான்சர் முலைப் பெண், முலையில் நோயுற்ற பெண், முலை நீக்கக் காத்திருக்கும் பெண், அல்லது முலை நீக்கப்பட்ட பெண் போன்றவை மாதொருபாகனின் “நவீன” நோயியல் வடிவங்கள். சம்ஹார நடனம் அழிவை முன்னிறுத்தி என்றால் அழிவு நோயின் அழிவா, நோய் கொண்ட முலை நீக்கத்தில் ஆடப்படுவதா? நோய் விளைச்சலா? கரும்பு வில் காமனுடையதல்லவா? காமனை எரித்தவனல்லவா சம்ஹார மூர்த்தி? கரும்புக் கழனியின் குறிப்பு எந்த விழைவை, எந்தக் காமத்தைப் பற்றியது? பெண்ணுக்கானதா, காமப் பாதையில் அழிவுக்கானதா? நான்கு வரிகளுக்குள் மாதொருபாகன் என்னும் படிமம் உள்ளிடையாக, பல்வேறு அர்த்தங்களை நினைவுகூர வைக்கும் காந்த இயக்கவிசையாகச் செயல்படுகிறது.

வாசிப்பில் ஒன்றிலிருந்து இன்னொன்றுக்கு நகர்ந்து சென்றபடியிருக்கின்றன அர்த்தங்கள்.

நோயின் உள்ளடக்கத்தில் சிவன் உருவை இட்டுப்பார்த்தல் பிரம்மராஜனின் கவிதைகளுக்குப் புதிதல்ல. சிவனுடைய யோகி உருவம் "புற்றில் அழுகும்" உடலாகிறது ஒரு கவிதையில் ("ஞாபகச் சிற்பம்" கவிதை, 97). "பித்தமும் பிரமமும்" கவிதை பிறையை, கயிற்றரவை, கங்கையை, மூன்றாம் கண்ணை என ஒவ்வொரு அங்கமாக விவரித்து "கவிதையே ருத்ரமூர்த்தி" என்று அறிவித்து உடனே "ஆறாத புண் அது என்றும் நாறும்" என முடிகிறது (70). கவிதையை முள்ளெலியாக உருவகிக்கின்ற தெரிதா தன் கட்டுரையில் கவிதையைக் "காயத்துக்கு" இணையாக வைத்து எழுதுகிறார்: "விபத்து இல்லாமல் கவிதையில்லை, ஒரு காயத்தைப் போல் தன்னைத் திறந்துகொள்ளாததும் கவிதையில்லை. காயப்படுத்துவதாக இல்லாதிருப்பதும் கவிதையில்லை" (233). காயம் என்கிற உவமித்தலை தெரிதாவை வாசிக்கும் திமதி கிளார்க் (1997, 277) எனும் அறிஞர் தருகிற வழிமுறையில் புரிந்துகொள்ளலாம்: கவித்துவ நிகழ்வு தன்னை (வேறு வழியின்றி) வழக்கமான புழங்கு மொழிக்கு — அதன் வாசிப்பு மரபுகளுக்கு, பாணிகளுக்கு, வாசிப்பின் கோரிக்கைகளுக்கு — தன்னைக் கொடுத்துக்கொள்ள வேண்டியிருக்கிறது. அதே நேரத்தில், கவிதையின் கவித்துவம் இடையீடு செய்து புழங்கு மொழியைக் கலைக்கப்பார்க்கிறபோது, அதுவும் புழங்கு மொழியால் அபாயங்களுக்கும், கலப்படத்துக்கும் உள்ளாகிக் காயப்படுகிறது, வாசகரைக் காயப்படுத்தவும் செய்கிறது. ("கவிதை புரியவில்லை" என்னும் வாசகரது மனக்குறையைக் காயப்படுதலாகச் சொல்லலாமா என்பது தனியாக யோசிக்க வேண்டியது).

கவிதைக்கே ‘உரித்தான’ இந்தக் காயம் பிரம்மராஜனின் கவிதையின் ‘ஆறாத புண்’ என்ற உருவகத்தில் தற்சுட்டுதலாக உள்ளது. புராணங்களில் அழிவின் கடவுளான, சாவின் நாயகனான ருத்ரமூர்த்தியான சிவன், ஒரு தலைகீழ் நகர்வில் கவிதைச் செயற்பாட்டுக்கான ‘புண்’ / ‘காயம்’ என்ற அடையாளமாக மாறுவதை வாசிப்பில் பார்க்கிறோம். சிவன் உருவின் குறியீடு அசுரரை அழிக்கும் மரபார்ந்த அர்த்தத் தளத்திலிருந்து இங்கே விடுபடுவது நிதர்சனம்.

இசையாக ஒலிக்கும் கவிதையின் சொற்கள் நம் அன்றாட பிரதிநிதித்துவ மொழியை அல்லது புழங்கு மொழியைச் சவாலுக்கு உள்ளாக்குகின்றன. புழங்கு மொழியின் அர்த்தம் சார்ந்த இறையாண்மையிலிருந்து நம்மை விடுவிப்பதற்கு அவை முயல்கின்றன. பல்வேறு அர்த்தச் சாத்தியங்களை மட்டுமின்றி அர்த்தங்கள் நகர்தலையும் குலைதலையும் அவை யோசிக்கவைக்கின்றன. அதே நேரத்தில் உருவம் சார்ந்த குறியீடுகளின், படிமங்களின் அர்த்தத்தை நகர்த்தும் கவிதைகளில் இத்தகைய குறியீடுகளின், படிமங்களின் பண்பாட்டு வரலாற்றுச் சுமை தளர்கிறது. மேலே எடுத்துக்காட்டிய சிவனுருவம் சார்ந்த கவிதைகளை வாசிக்கையில், இந்தக் குறியீடுகள் மிதக்கும் குறிகளாக மாறுவது மட்டுமல்லாமல், மரபார்ந்த அர்த்தம் என்னும் கட்டுத் தளைகளிலிருந்து விலகியிருப்பதாகத் தம்மை வெளிக்காட்டுகின்றன.

“ரூபத்திலும் ரிஷபத்திலும் தோய்ந்து அர்த்தம் கலைக்கும் கலை” என்ற இக்கட்டுரையின் தலைப்பில் “ரூபமும்” “ரிஷபமும்” பிரம்மராஜனின் “உலோகத் தாலாட்டு” கவிதையிலிருந்து எடுக்கப்பட்டவை *(121)*. உருவைக் குறிக்க ரூபத்தையும், இசையைக் குறிக்க

கர்நாடக இசையின் ஸ்வரமான ரிஷபத்தையும் சுட்டுச் சொற்களாகக் கொண்டிருக்கிறது இந்தத் தலைப்பு. சிவன் உருக் குறியீடும் இசைத்தன்மையும் கவிதைகளின் வழி அர்த்தங்களைக் கலைத்து விளையாடும் விளையாட்டை எழுதிப்பார்க்கிற வகையில் இந்தக் கட்டுரையை எழுதியிருக்கிறேன்.

உதவிய நூல்கள் / கட்டுரைகள்

தமிழ்

பிரம்மராஜன். “நானும் என் கவிதையும்.” *தேர்ந்தெடுத்த கவிதைகள்.* பிரம்மராஜன். நாகர்கோயில்: காலச்சுவடு, 2004.

பிரம்மராஜன். *தேர்ந்தெடுத்த கவிதைகள்.* நாகர்கோயில்: காலச்சுவடு, 2004.

மோகனரங்கன், க. “சொல்லிலிருந்து சொல்ல முடியாமைக்கு நகரும் சொற்கள்.” *தேர்ந்தெடுத்த கவிதைகள்.* பிரம்மராஜன். நாகர்கோயில்: காலச்சுவடு, 2004.

ஆங்கிலம்

Attridge, Derek. “Introduction: Derrida and the Questioning of Literature.” *Acts of Literature.* Jacques Derrida. Ed. Derek Attridge. London: Routledge, 1992.

Clark, Timothy. *The Theory of Inspiration: Composition as a Crisis of Subjectivity in Romantic and Post-Romantic Writing.* Manchester: Manchester University Press, 1997.

Derrida, Jacques. *A Derrida Reader: Between the Blinds.* Ed. Peggy Kamuf. New York: Columbia University Press, 1991.

Royle, Nicholas. *The Uncanny.* Manchester: Manchester University Press, 2003.

வன்நினைவின் நிலம்

சேரன் கவிதைகளில் நாம் காணும் புதிய திணை

சேரன் கவிதைகள் என்றவுடன் வாசகர்கள் பலருக்கும் உடனடியாக நினைவுக்கு வருவது அவருடைய புகழ்பெற்ற கவிதையான "இரண்டாவது சூரிய உதயம்." யாழ்ப்பாண நூலக எரிப்புக்கு இலக்கிய வினையாக எழுதப்பட்ட இந்தக் கவிதை சக எழுத்தாளர்கள் பலராலும் பேசப்பட்ட கவிதை. "ஒரு கவிஞனின் பிரக்ஞையை மீறி அவன் வழியாக வரலாறு தன்னைப் பேசிக்கொள்கிற தருணமே மகத்தான கவிதைக்குரியது" என்று எழுதுகிற ஜெயமோகன் இக்கவிதையை அத்தகையதொரு தருணமாகக் காண்கிறார். இக்கவிதை மாத்திரமல்ல, ஈழத் தமிழர்கள் எதிர்கொண்ட வன்முறை நிகழ்வுகளை — எடுத்துக்காட்டாக, திருநெல்வேலித் தாக்குதல், கறுப்பு ஜூலைப் படுகொலைகள், திலீபனின் உண்ணாவிரதம், இந்திய அமைதிப் படையின் அட்டூழியம் — உள்வாங்கி எழுதப்பட்ட பற்பல கவிதைகள் சேரனிடம் உண்டு. சேரனின் இந்தக் கவிதை "அழிவில் ஆக்கம் ஒன்றைக் கண்டடையும்

தருண"த்தைக் காட்டுவதாக வாசிக்கிறார் ஜெயமோகன் (2008). மேலும் பெரும் புரட்சிகரக் கவிதைகளில் "அடிப்படை இயற்கைச் சக்திகள்" பங்குபெறுகின்றன என்றும் இக்கவிதையும் அதற்கொரு சான்று என்றும் கூறும் ஜெயமோகன் சேரனை அசலான புரட்சிகரக் கவிஞனாகச் சித்தரிக்கிறார். இதே கவிதையில் இருக்கும் ஓசை நயத்தை, குறிப்பாக அகவலோசை அதிகம் இடம்பெற்றிருப்பதை, வ.ந.கிரிதரன் தன்னுடைய ஒரு பதிவில் குறிப்பிட்டிருந்ததாக நினைவு.

சேரன் கவிதைகளில் புரட்சிகரம், ஓசை, ஒலி நயம் இவற்றைத் தாண்டி வேறொரு அம்சத்தை என்னால் காண முடிகிறது. தமிழ்ச் செவ்வியல் கவிதையியல் மரபையொட்டிப் புதிய திணை வகைமையை எழுதுதல் என்று இதை நான் குறிப்பிடுகிறேன். புதிய திணை என்றவுடன் சேரன் முன்வைத்த கருத்தாக்கமான "ஆறாம் திணை" நம் நினைவுக்கு வரலாம். தமிழரின் அன்பின் ஐந்திணைக்கு அடுத்ததாகப் புலம்பெயர் வாழ்வை ஆறாம் திணையாகவும் இணையவெளியை ஏழாம் திணையாகவும் சேரன் வகைப்படுத்தியிருக்கிறார் (2008). எழுத்தாளர் அ. முத்துலிங்கமும் (2019) ஆறாம் திணையை வரையறுத்து எழுதியிருக்கிறார். புலம்பெயர் தமிழர்கள் இன்று பெரும்பாலும் வசிக்கின்ற பகுதிகளான பனியும் பனி சார்ந்த இடமும் என்று அவர் பார்வையில் உருவாகிறது ஆறாம் திணை. சில ஆண்டுகளுக்கு முன் வெளிவந்த சேரனின் அஞர் தொகுப்பில் இடம்பெற்றிருக்கும் கவிதைகளை முன்வைத்து இப்புதிய திணையை "வன்நினைவின் நிலமும் அந்நிலம் சார்ந்த இடமும்" என அழைக்கலாம். வன்நினைவின் நிலத்தைச் சார்ந்த இடங்களாக "சுடலை," "வதைகூடம்," "சப்பாத்துக் கால்கள் நடக்கும் இடம்,"

"அற்ற குளம்," நினைவிடங்கள், கரையாத "சாம்பல் இருக்கும் ஒற்றைச் சதுர அடி," பெயரிழந்த ஊர்த் தெருக்கள் போன்றவை காட்சியாகின்றன. வன்நினைவு நிலத்தின் கருப்பொருள்களாக "வாலற்ற நாய்," "காலிழந்த சிட்டுக்குருவி," "சாக்குருவி," "ஆட்கொத்திச் சேவல்," "புழுதியில் அலையும் இலவம் பஞ்சு" போன்ற பலவும் கவிதைகளில் வருகின்றன. சேரனின் கவிதை ஒன்று ("அதுதான்") தெரிவிப்பதைப் போல உழலுதலின் தருணங்கள் பொழுதுகளாக அமைகின்றன.

என்ன நடந்தது எனத்
திருப்பித் திருப்பிக் கேட்டுக்கொள்வோம்
உழல்வோம்
அது சிறுபொழுதாகலாம்
பெரும்பொழுதாகலாம்

இந்தப் புதிய திணையின் உருவாக்கத்தில் வேறு சில கவிகளும்—உதாரணமாக, திருமாவளவன், தா. பாலகணேசன் முதலியவர்களும்-- பங்கெடுத்திருக்கிறார்கள். சேரன் கவிதைகளுக்கான என்னுடைய கட்டுரை இலங்கையின் இத்தகைய கவிகளின் ஆக்கங்களை அணுக ஒரு புதிய பாதையைத் திறக்கலாம்.

பேராசிரியர் ஏ.கே.ராமானுஜனின் திணை வகைப்பாடு குறித்த பார்வையை (1967) அடியொற்றியது என்னுடைய பார்வை. திணை வகைப்பாடு என்பதைத் தமிழ் அழகியல் / தமிழ்க் கவிதை அழகியல் சார்ந்த இலக்கிய, குறியியல் சட்டகமாக நான் காண்கிறேன். தமிழர்களின் பொருண்மையான நிலம் சார்ந்த சமூக வாழ்வைத் திணை வகைப்பாடு பிரதிபலிக்கிறது என்பதைவிட நிலம் சார்ந்த சமூக வாழ்வைக் கவிதை

அழகியலுக்கான சட்டகமாக நம் இலக்கிய, இலக்கண முன்னோர்கள் உருவாக்கியிருப்பதாக எண்ணுகிறேன். இது வளமை பொருந்திய தமிழ் செவ்வியல் மரபின் கற்பனைச் செழுமைக்கான சான்று.

சேரனின் கவிதைகள் ஈழத் தமிழர்கள் போர்களாலும் இனப் படுகொலையாலும் எதிர்கொண்ட இழப்புகளை அவற்றை நிலத்தோடு வைத்து நினைவுகூர்தலின் மூலம் கடந்துவர முயல்கின்றன. சில கவிதைகளில் நினைவுகூர்தல் தடையின்றி நடக்கிறது. உதாரணமாக, அஞர் கவிதைத் தொகுப்பிலுள்ள "தாலாட்டு," "ஐயோ," "போதி," "விரல்" போன்ற கவிதைகள். அத்தகைய கவிதைகளில் சில ஆவணப் பதிவுகளாகத் தங்கிவிடுகின்றன. மாறாக, வேறு சில கவிதைகளில் இழப்புகள் வெளிப்படையாகச் சொல்லப்படாமலும் அவற்றைச் சுற்றிவந்து கடந்துசெல்லலும் நடக்கின்றன. வாசகர்களைத் தொந்தரவுக்குள்ளாக்கித் தொடர்ந்து வருபவை அந்தக் கவிதைகள். அவற்றில் சில இந்தக் கட்டுரையில் பேசப்படுகின்றன.

இழப்புகளால் துயருற்ற சமூகம் நினைவுகூர்தலின் வாயிலாக அன்றிக் கடந்த காலத்தை வேறெப்படி அர்த்தப்படுத்திக்கொள்ள முடியும்? தவிர, இலக்கியச் செயல்பாட்டின் வாயிலாக, கவிதை வாயிலாக இழப்பை நினைவுகூர்தல் இழப்பால் துயருற்ற சமூகத்தின் சுய அறிதலுக்கு உதவக்கூடியது என்பதுடன் இழப்புக்கு சாட்சியமாக நின்று வாசகர்களிடம் அதைத் தெரிவிப்பதும்தானே. இழப்புக்குச் சாட்சியமாக நிற்கும் கவிதைகளில் நினைவுகூர்தலின் வழிதான் புதிய திணையின் உருவாக்கம் நடக்கிறது. அதே நேரத்தில், நினைவுகூர்தல் தடையில்லாத நீரோட்டமாய் நடப்பதில்லை. சொல்லவந்ததைப் பாதியில் கைவிடுதல்,

சட்டென விட்டேற்றியாக மாறும் குரல், இறந்தகால– நிகழ்காலக் குழப்பங்கள், தொடர்புறுத்தலில் இருண்மை போன்றவற்றைக் கவிதைகளில் காண முடிகிறது. இவை கவிதை தோற்றுப்போகும் இடங்கள் இல்லை; ஒரு சமூகம் அனுபவித்த, அனுபவிக்கின்ற அஞர் நிலையைக் காட்டித் தருகின்ற வலிமையான இடங்கள். இங்கே அஞர் என்ற சொல்லை, சேரன் ஒரு பதிவில் *(2016)* முன்வைப்பதைப் போல, *trauma* என்ற ஆங்கிலச் சொல்லுக்கு ஈடாகப் பயன்படுத்துகிறேன். இலங்கையில் நடந்த போர் வன்முறையும் இனப் படுகொலையும் அவற்றின் விளைவான இழப்புகளும் தமிழ்ச் சமூகத்தின் அகத்தில் அஞர் நிலையை ஏற்படுத்தியிருக்கின்றன. இலங்கையிலேயே வாழ்ந்தாலும் புலம்பெயர்ந்து சென்றாலும் இலங்கைத் தமிழர்கள் அஞரை எதிர்கொண்டேயாக வேண்டிய நிலையைச் சேரன் கவிதைகளின் வழியே காண்கிறோம். சேரனின் பெரும்பாலான கவிதைகள் சுயவரலாற்றுக் குறிப்புகளும் கொண்டவை எனக் கருதும்போது இலக்கியப் பிரதியாகும் லிரிக் கவிதையின் வாயிலாகக் கவிஞரின் சுயம் தன்னைக் குணப்படுத்திக்கொள்ளும் பாதையாகவும் கவிதை செயல்படுவதைப் பார்க்க முடிகிறது.

அஞர் தொகுப்பில் “தாத்தாவின் கஞ்சாச் செடி” என்ற கவிதையை எடுத்துக்கொள்வோம். கவிதையிலிருந்து:

வெற்று நிலத்துண்டு
அதன் பெருமூச்சின் மேல்
இடம்பெயர்ந்தோர் வீசி எறிந்த இரங்கல் பா
படை நடந்த சப்பாத்தின் கொடும்பார்வை

வீட்டு வாசலின் சிதைந்த சுவரின் மருங்கில் தாத்தா வளர்த்த கஞ்சாச் செடி, பின்னர் அது இருந்த

இடத்தில் கனகாம்பரம், செவ்வந்தி, கமுகு, மல்லிகை என்றிருந்து, கடைசியில் “பெயல் நீர் அற்ற” குறுகிச் சிறுத்த செம்மண் பரப்பாக மாறியிருக்கிறது, அங்கே “சில் இழந்த நடைவண்டி” கிடக்கிறது. யாருடைய நடைவண்டி அது? “குழந்தையின் அழுகையுமில்லை” என்றால் அங்கே எந்தக் குழந்தையுமில்லை. “தாத்தாவின் ஒளி அரைப்பார்வை” வளர்த்த கஞ்சாச் செடியின் காலத்துக்குச் சென்று, திரும்பி வருகின்ற கவிதைசொல்லியின் பால்யத்தின் படிமம் அந்த நடைவண்டி. ஆனால் நடைவண்டி உடைந்து கிடக்கிறது, பயனற்ற விதமாக. பொருளற்ற விதமாக.

இரண்டு தலைமுறைகளை ஒரு பாய்ச்சலில் தாவிச் சென்று கவிதையின் நிகழ்கணத்துக்குத் திரும்பி வருகின்ற கவிதைசொல்லியின் கால்கள் இப்போதோ “உள்நுழைய முடியாமல் அந்தரத்தில்” மிதக்கின்றன. இடையில் நடந்துபோன இழப்பைத்தான் மேலே குறிப்பிட்ட கவிதை வரிகள் சொல்கின்றன. இங்கே இடையில் என்பது ஒரு இடம், இடையில் என்பது ஒரு காலம். இடையில் என்பது அன்று தாத்தா வளர்த்திய கஞ்சாச் செடிக்கும் இன்று சக்கரத்தை இழந்து கிடக்கும் நடைவண்டிக்கும் இடையில் இருந்த இடம். “வெற்று நிலத் துண்டு.” இரங்கலைச் சம்பாதிக்கும் இடம். இடையில் என்பது கடந்த காலமும் ஆகும், படையினர் அதைக் கண்டு கடந்து சென்ற காலம். போர்க் காலம். கொடுங்காலம். இடையில் இடத்தில், காலத்தில் நடந்தவை அல்லது இழந்தவை குறித்த நினைவுகூர்தலில் பால்யக் களிப்பும் பொருளற்றதாகிவிட்டிருக்கிறது. திரும்பி வந்த கவிதைசொல்லியால் “உள்நுழைய முடியவில்லை” என்பதை இடையிலான, கடந்துவிட்ட இடத்திலும் காலத்திலும் நிகழ்ந்தவற்றுள் “நுழைய

முடியாததாக" வாசிக்கலாம். இடையில் என்ற நுழைய முடியாத இடமும் காலமும் நேரடியாகத் தன்னிலையை முன்நிறுத்தாமல் இடம்பெயர்ந்தோரை வைத்துக் கவிதையில் சொல்லப்படுகிறது. இடம்பெயர்ந்தவர்கள் கவிதைசொல்லியின் குடும்பத்தினரா? இல்லை, மற்றவரா? யாராக இருந்தாலும் "இடம்பெயர்ந்தோர் வீசி எறிந்த இரங்கல் பா" என்ற குரலில் அவர்களிடமிருந்து தன்னைத் தள்ளிவைத்துக்கொண்ட விட்டேற்றியான தன்னிலையின் குரல் ஒலிக்கிறது. இதை மனதில் வைத்துக்கொண்டு அடுத்த கவிதைக்குப் போகலாம்.

"நல்லூர்" என்ற செழுமையான, செறிவான கவிதையில் நிலத்தை, இடத்தை நினைவுகூர்தல் நடக்கிறது. இங்கே வீட்டுக்குப் பதிலாகப் பொது இடமான கோயில். கவிதையைத் தருகிறேன்:

> நல்லூர்க் கோவிலின் பின்புறத்தைப் பதினெட்டு ஆண்டுகளின் பின்னர் பார்க்கிறேன்.
>
> இந்த இடத்தில்தான் கொல்லப்பட்ட சிங்களப் படையினரைக் காட்சிக்கு வைத்திருந்தனர். இந்த இடத்தில்தான் முருகன் கந்தனாகவும் கந்தசாமியாகவும் கந்தஸ்வாமியாகவும் ஸ்கந்தாவாகவும் மாறிய அற்புதம் நிகழ்ந்தது. இந்த இடத்தில்தான் சப்பாத்துக் காலுடனும் துப்பாக்கியுடனும் புன்முறுவல் சூழ நடந்துவந்த திலீபனைக் கண்டேன். இந்த இடத்தில்தான் கொல்லப்பட்ட உடல்களின் வாசனை எழுப்பும் பயங்கரம் எனக்குத் தெரிந்தது.
>
> *"ஓம். விக்டர் போய்விட்டான்"*
>
> *சொல்கிறான் திலீபன்*
> *இப்போது*

பறவைக் காவடியும் புழுதியில் உருளும் பக்தர்களும்

நமது கண்காட்சியும்.

இடத்திலும் வரலாற்றிலும் நடந்த மாற்றங்களைப் பற்றி நகர்கிறது இக்கவிதை. ஒருபுறம், வழிபாட்டு மரபுகளில் நிகழ்ந்த மாற்றம். முருகன் கந்தனாகி கந்தசாமியாக கந்தஸ்வாமியாகி ஸ்கந்தாவாகி என்ற ஒரு வாக்கியத்துக்குள் "சமஸ்கிருதமயமாக்கம்" பேசப்படுகிறது. இந்தப் பெயர் மாற்றம் தற்காலத்தில் நடந்தது போலக் கவிதையில் தென்பட்டாலும் பழைய வரலாற்றை அது விளித்துப் பேசுவதாக வாசிப்பதே பொருத்தம். நல்லூர்க் கோயில் பற்றிப் பேசும் ஆ. முத்துத்தம்பிப்பிள்ளை எழுதிய 'யாழ்ப்பாணச் சரித்திரம்' நூல் (இரண்டாம் பதிப்பு, 1915) புவனேகவாகு என்பவர் "நூதனப் பிரஷ்டையாகக் கந்தசுவாமி கோயிலைக்" கட்டுவித்த செய்தியைத் தெரிவிக்கிறது. எனவே கந்தசுவாமி என்ற பெயர் நூறாண்டுகளுக்கு முன்பே இக்கோயிலை முன்னிட்டு நிலவியது தெரிகிறது. கவிதை பழைய பெயர் மாறுதல் வரலாறுகளின் சமஸ்கிருதமயமாக்கத்தைப் பேசுகையில் அவற்றுடன் கோயிலில் "இப்போது" நடக்கும் பறவைக் காவடி நேர்த்திக்கடனை இணைவைப்பது சற்றுத் தடாலடியாகத் தெரிகிறது. பறவைக் காவடி போன்ற நேர்த்திக்கடன்கள் தற்போதைய நிகழ்வுகளா அல்லது பழமையான வரலாறு இவற்றுக்குண்டா என்பது ஒருபுறம். ஏனெனில், தமிழகத்தைப் பொறுத்தவரை பத்தொன்பதாம் நூற்றாண்டின் பிற்பகுதியில் இத்தகைய நேர்த்திக்கடன்களைப் பற்றி ஆங்கிலேய நீதிபதிகளின், ஆட்சியாளர்களின் ஆவணங்கள், விசாரணைகள் பற்பல நம்மிடம் உண்டு. அடுத்ததாக, பறவைக் காவடி போன்ற

உள்ளூர் நேர்த்திக்கடன் மரபுகளையும் சமஸ்கிருத, வைதீக மரபுகளையும் கவிதை சமன்படுத்திவிடுகிறதோ எனத் தோன்றுகிறது. இந்த இரு மரபுகளும் தொடர்ச்சி, தொடர்ச்சியின்மைகளின் ஊடாட்டத்தில் உள்ளவை. மேற்கொண்டு இதை விரித்துப் பேச இக்கட்டுரை பொருத்தமான வெளியில்லை என்பதால் கவிதைக்கு வருவோம்.

கடந்த நாற்பதாண்டுகளின் தமிழின எதிர்ப்பு அரசியல்களின் காட்சிபூர்வ வரலாற்று நிகழ்வுகள் சித்தரிக்கப்படுகின்றன. நல்லூர் கோயிலில் செப்டம்பர் 1987இல் இந்திய அரசிடம் இன உரிமைக்கான, சம வாழ்வுக்கான ஐந்து கோரிக்கைகளை வைத்து உண்ணாவிரதம் இருந்து உயிர்துறந்த திலீபன் நினைவுகூரப்படுகிறார். திலீபனின் கூற்றாக, அதற்கு ஒரு வருடம் முன்பு உயிர்நீத்த விடுதலைப் புலிகளின் கர்னல் விக்டரும் நினைவுகூரப்படுகிறார். கவிதைக்குள் பல சமன்பாடுகள் செயல்படுகின்றன. ஒன்று, இறைவனின் பெயரில் நேர்ந்த மாற்றம் கோயிலில் முன்நிறுத்தப்பட்ட உடலார்ந்த அரசியல் காட்சிகளில் நேர்ந்த மாற்றங்களுடன் இணையாகப் பேசப்படுகிறது. மற்றொரு தளத்தில், அரசியல் சாவுகளும் கொலைகளும் சமயச் சடங்குகளும் அருகருகே வைக்கப்படுகின்றன. அரசியல் வினைகளாக இருக்கும் கொலைகள் தெய்வத்துக்கான உயிர்ப் பலியை ஒத்த, விரதமிருந்து செலுத்தப்படும் நேர்த்திக்கடன்களுக்கு ஒப்ப காட்டப்படுகின்றன. அரசியல்ரீதியான சாவுகள் கொலைக் காட்சிகள் அரங்கேறிய இடத்தில் சமயச் சடங்குகளா என்ற கவிஞரது ஆதங்கமும் கவிதையில் வெளிப்படுகிறது. என்றாலும் எந்தக் கோயிலுமே அடிப்படையில் சமயச் சடங்குகளுக்கான இடம்தானே. மேலும் இந்தக்

கவிதையே சுட்டிக்காட்டுவதைப் போல, அரசியலும் சமயமும் பிரிக்கப்பட்ட வகைமைப் பெட்டிகளும் அல்ல.

திலீபனின் மரணம் எதிர்ப்பரசியல் குறித்த அற வரையறைகளைக் கருத்தில் கொள்ளாத தீவிரவாத இயக்கம் ஒன்றால் முன்மொழியப்பட்டது. குடிமக்கள்பால் அன்பும் மானுட நீதியின் மீது பற்றுமற்ற, பிராந்திய மேலாண்மை விழைவையும் இலங்கை அரசின் சிங்களப் பேரினவாதத்தையும் இயக்குவிசைகளாகக் கொண்ட இந்திய, இலங்கை அரசுகளால் நடத்தப்பட்டது. “கொல்லப்பட்ட உடல்களின் வாசனை எழுப்பும் பயங்கரம்” என்கிற கவிதை வரி புலிகள் கொன்ற சிங்களப் படையினரை மட்டுமல்லாமல் திலீபனின் மரித்த உடலையும் சுட்டுவதாகக் கொள்ளலாம். என்றாலும், சிங்களப் படையினர் கொல்லப்பட்டது நேரடியாகச் சொல்லப்படும்போது, திலீபனின் மரணம் ஏன் நேரடியாகச் சொல்லப்படவில்லை என்று ஒருவர் கேட்கலாம். கொல்லப்பட்ட சிங்களப் படையினர் பார்வைக்கு வைக்கப்பட்டதை விமர்சிக்கும் கவிதைசொல்லி திலீபனின் உயிர்துறப்பைக் கண்டும் காணவில்லை என்றுகூட விமர்சிக்கலாம். ஆனால், இப்படியான வாசிப்பைப் புறந்தள்ளக்கூடிய வகையில் கவிதைக்குள் ஒரு சமிக்ஞை நமக்குக் கிடைக்கிறது. அந்த சமிக்ஞை சேரனின் கவிதைகள் தங்கள் உரிப்பொருளாக அஞர் உணர்வைக் கொண்டிருப்பதைப் புரியவைக்கிறது.

“சொல்கிறான் திலீபன்” என்ற வரியில் வரும் தெரிநிலை வினைச்சொல் மிகவும் முக்கியமாக கவனிக்கத் தக்கது. இதற்கு இரண்டு வரிகளுக்கு முன்பு “திலீபனைக் கண்டேன்” என்று சாதாரணமாகப்

பொருந்திவருகிற இறந்த காலம் திடீரென நிகழ்காலமாக மாறுவதை எப்படிப் புரிந்துகொள்வது? கவிதை மொழிவெளியில் இந்த இடம் உறைந்த இடமாக, ஒரு குமிழியை ஒத்ததாக உள்ளது. இந்தக் குமிழிக்குள் திலீபனும் கவிதைசொல்லியும் காலத்தில் உறைந்த சிற்பங்களாக கண மாற்றமின்றி அப்படியே இருக்கிறார்கள். கவிதையின் ஆதாரப் புள்ளியைப் போல விளங்கும் இந்தக் குமிழியைச் சுற்றித்தான் பிற மாற்றங்கள் பேசுபொருளாகின்றன. திலீபனின் உயிர்துறப்புச் சம்பவம் ஏற்படுத்திய அதிர்ச்சியாக, அந்தச் சம்பவத்துடன் சமாதானம் செய்துகொள்ள முடியாத அஞர் என்பதாக இந்தக் குமிழி உள்ளது.

பல சிந்தனையாளர்கள், ஃப்ராய்ட் தொடங்கி டொமினிக் லா கப்ரா, சூஸன் சாண்டாக், ஆன் கப்ளான், கேதி கரூத் வரை பலர் அஞர் பற்றி ஆராய்ந்திருக்கிறார்கள். அஞர் என்பதைப் பற்றி வெவ்வேறு விளக்கங்கள், வரையறைகள் இருக்கின்றன. பொதுவாக, நவீன காலத்திய பூர்ஷ்வா குடும்ப அமைப்பு பெண்களிடத்திலும் தொழிற் புரட்சியின் விளைவாக உருவான எந்திர உற்பத்திச் சூழலால் பெருக்கமடைந்த போர்கள், தொழிற்சாலை விபத்துகள் போன்றவை ஆண்களிடத்திலும் அஞரை உருவாக்கும் காரணிகளாகக் கருதப்படுகின்றன. முக்கியமாக, ஃப்ராய்ட் அஞர் குறித்து ஆராய்கையில், பெண்களைப் பொறுத்து ஹிஸ்டீரியாவோடு இதை இணைத்துப்பார்த்தார்; பாலியல் கற்பனாதீதங்களும் பாலியல் முறைகேடுகளும் இதற்குக் காரணமாவதை ஆராய்ந்தார். பின்னர், முதலாவது உலக யுத்தம் முடிந்த பின், யுத்தத்தில் பங்கேற்ற ஆண்கள் அனுபவித்த அஞர் அவரது ஆய்வின் கவனத்தை ஈர்த்தது (ஃப்ராய்டின்

அஞர் குறித்த சிந்தனைகளுக்குப் பார்க்க: கப்ளான் 2005, அத். 1).

ஜோஷ்வா ஹர்ஷ் அஞர் பற்றி எழுதும்போது ஒரு குறிப்பிட்ட நிகழ்வையோ நிகழ்வுகளையோ அஞர் என்று கொள்ளலாகாது என எழுதுகிறார். மாறாக, அஞர் என்பதைப் பிரதிநிதித்துவ நெருக்கடி எனக் கருதுகிறார். அதாவது அதிர்ச்சி தரக்கூடிய ஒரு விஷயத்தை, நிகழ்வை எளிதாக மன ஓர்மைக்குள்ளும் வெளிப்பாட்டுக்குள்ளும் கொண்டுவர முடியாத நெருக்கடியை அஞர் என்கிறார். வன்நினைவின் நெருக்கடி என்று இதைக் கூறலாமென நினைக்கிறேன். பாலியல் வல்லுறவு, போர்கள், இனப் படுகொலை உள்ளிட்ட வன்முறை நிகழ்வுகள் இத்தகைய நெருக்கடியைத் தோற்றுவிக்கக்கூடியவை. ஹர்ஷ் கூறுவதன்படி ஒருவர் எதிர்கொண்ட மோசமான நிகழ்வு ஏற்படுத்திய பதிவுகள் மனதில் சேகரிக்கப்பட்டிருக்கும்; ஆனால் அவை ஏற்கெனவே உள்ள மனப் பதிவுகளோடு பொருத்திக்கொள்ள இயலாதவையாக, பிற சம்பவங்களின் பதிவுகளைப் போல நினைவுகளைச் சேகரிக்கும், மீட்டெடுக்கும் வழக்கமான நடைமுறைகளுக்கு அடங்காமல் இருக்கும்; மறந்துவிட்டதைப் போல இருந்தாலும் அவசியமில்லாத தருணத்தில் எதிர்பாராமல் மேலெழும்பிவிடும்.

சேரனின் “வீடு” கவிதை அழகாக இதை உள்ளிடையாகப் பேசுகிறது.

> *இரு புறமும் கதவு. எப்போது*
> *மூடும்; திறக்கும் எனத் தெரியாது.*
> *கொடிய நினைவுகளால் கறை படிந்த சுவர்கள்*
> *என்று எல்லோரும் சொல்லக்கூடும்.*

நினைவுகளின் கிடங்காக விளங்கும் வீட்டைத்

திறப்பதும் மூடுவதும் கவிதைசொல்லியின் கையில் இல்லை. இத்தகைய அக நெருக்கடியையே அஞர் என்பதாக நான் புரிந்துகொள்கிறேன். இதன் பொருள் அஞர் என்பது ஆறவே ஆறாதது என்பதல்ல. நினைவுகூர்தல்களின் வழியாகத்தான் அஞர் படிப்படியாகச் செப்பமாகக்கூடியது. "நெஞ்சே நினை / நினைவிலிக்கு வாழ்வில்லை" எனும் சேரனின் கவிதை ("நினைவிலி") வரிகளும் கூட இதை மொழிவதாகவே தெரிகிறது.

மேற்கூறியதன் அடிப்படையில் "சொல்கிறான் திலீபன்" என்ற நிகழ்கால வினை கவிதைசொல்லியின் நிகழ்காலத்தில் திலீபன் இருப்பதைத் தெரிவிக்கிறது. கவிதைசொல்லியின் அகம் திலீபனின் மரணத்தை உள்வாங்கி ஏற்கவில்லை என்பதைக் காட்டுகிறது. தண்ணீர்கூட அருந்தாமல் உண்ணாவிரதமிருந்து மாண்ட திலீபனின் மரணம் விடுதலைப் புலிகளின் இன்னுமொரு போராளியின் மரணம் அல்ல. அண்டை நாட்டு அரசின் துரோகம், சொந்த நாட்டு அரசின் சூழ்ச்சி, ஒப்புக்கொடுத்த இயக்கத்தின் அரசியல் பயன்பாட்டுக் கணக்கு, சார்ந்திருந்த இனத்தின் கையறுநிலை, இவை அனைத்தையும் திலீபனின் மரணம் காட்டிக்கொடுத்தது; மட்டுமல்லாமல், காந்தியடிகளுக்குப் பின்னால் மகத்தான மக்கள் போராட்ட வடிவமாக செல்வாக்கு பெற்றிருந்த உண்ணாவிரதம் வெவ்வேறு அரசியல் தரப்புகளின் கணக்குகளால் பொருளிழந்துவிட்டதை முகத்திலடித்து உணர்த்தியது அது. முள்ளிவாய்க்கால் பயங்கரத்தினூடே இன்றுவரையிலும் இலங்கைத் தமிழர்களின் வாழ்வுரிமைப் பிரச்சினை இலங்கையாலும் அண்டை நாடான இந்தியாவாலும் இனவாத சக்திகளாலும் உணர்ந்து முகம்கொடுக்கப்படாது என்பதை அறிவித்த

கட்டியம் திலீபனின் மரணம். இந்த வகையில் இலங்கைத் தமிழரின் அவல வரலாற்றில் திட்டமான தீர்மானப் புள்ளி அது.

இப்புள்ளிதான் இருட்கருவாக, உளத்தின் ரணமாக, அஞராக மேலே குறிப்பிட்ட கவிதை வரியின் நிகழ்கால வினைச்சொல் பயன்பாட்டால் உணர்த்தப்படுகிறது. கடந்த காலத்தைக் காட்டும் வினைச் சொற்களைக் கொண்ட முந்தைய, பிந்தைய வரிகளுக்கும் இந்த வரிக்குமான காலத்தில் தொடர்பறுந்த நிலை அஞர் நிலைக்கே உரித்தானது, அந்த நிலையைக் காட்டித்தருவது.

கவிதை நல்லூரில் இப்போது நடப்பவற்றை — நேர்த்திக் கடன்கள், கண்காட்சி முதலியவை— கூறும்போது அங்கே வாழ்பவர்கள் வரலாற்றை மறந்துவிட்டதாகத் தோன்றுகிறது. பேரழிவுகளை எதிர்கொள்ளும் சமூகங்கள் அதே இடத்தில் வாழும்போதும் அங்கிருந்து புலம்பெயர்ந்து வாழும்போதும் வெவ்வேறு விதங்களில் நினைவுகூர்கின்றன அல்லது நினைவில் கொள்ளமாட்டாமல் தடைகளை சுவீகரிக்கின்றன. சீன வரலாற்றில் வலியின் வரலாறு குறித்து எழுதும் மைக்கேல் பெர்ரி (2008) யூதர்கள் ஹோலோகாஸ்ட்டை நினைவுகொள்வதற்கும் சீனர்கள் கலாச்சாரப் புரட்சியின் அழிவுகளை, அல்லது தியனன்மன் சதுக்கப் படுகொலைகளை நினைவுகொள்வதற்கும் உள்ள வேறுபாட்டை எடுத்துக்காட்டுகிறார். புலம்பெயர்ந்து வாழும் யூதர்கள் ஹோலோகாஸ்ட் பயங்கரத்தை நினைவுகூர உதவும் வகையில் அவர்கள் கொல்லப்பட்ட, சித்ரவதை செய்யப்பட்ட இடங்களில் நினைவுச் சின்னங்கள், அருங்காட்சியகங்கள் இருக்கின்றன. அங்கே நடந்ததை அவர்கள் நினைவுகூர, துக்கம்

அனுசரிக்க முடியும். மாறாக, சீனத்திலோ தாங்கள் கொடூரங்களை அனுபவித்த இடங்களில் அந்த மக்கள் இன்னமும் வாழ்ந்துகொண்டிருக்கிறார்கள். தியனன்மன் சதுக்கம் ஒரு சுற்றுலாத் தலமாக இன்று பிரபலமானதைப் பார்க்கையில் அங்கே சீன அரசு நடத்திய படுகொலைகளின் வரலாற்றை சீனர்கள் மறந்துவிட்டதாகத் தோன்றலாம். ஆனால், இத்தகைய மறுப்பு அல்லது மறப்பு சீன நிலவரைவியலில் நடந்தாலும், படுகொலைகளைப் பற்றிய நினைவுகூர்தல் கலை இலக்கியப் பிரதிகளின் வழி நடந்துகொண்டுதான் இருக்கும் எனக் குறிப்பிடுகிறார் பெர்ரி.

இதையொட்டி நல்லூரில் இப்போது நடப்பதைக் கவிதை கூறுவதையும் புரிந்துகொள்ள முடியும். நல்லூரின் நிலப்பரப்பில் திலீபனுக்கு நினைவிடம் எழுப்பப்பட்டது, 1996இல் இலங்கைப் படையினரால் இடிக்கப்பட்டது, மீண்டும் கட்டப்பட்டது, 2007இல் இடிக்கப்பட்டது. இப்போது நல்லூரில் நேர்த்திக் கடன், கண்காட்சி நடந்தாலும் சேரன் கவிதைக்குள் நல்லூரில் நடந்த அரசியல் நிகழ்வுகள் வெளிப்பட்டும் ஒளிந்துகொண்டும்தானே உள்ளன?

சேரனின் “நினைவிலி” என்ற கவிதை கடந்த கால “வதைகூடத்தை” எண்ணித் தொடங்குகிறது. “ஒளித்து வைத்திருந்த வதைகூடம் ஒரு சச்சதுரக் கட்டடம்” என கடந்த காலத்தில் இருந்த ஒரு இடத்தை அறிமுகப்படுத்துகிறது. கண்ணியத்தையும் திடத்தையும் நலத்தையும் ஒருங்கே பறித்து இல்லாமலாக்கும் இடம். அடுத்த வரிகளாக “யன்னலும் இல்லை ஒரு துளி வானமும் இல்லை மழைக்கும் இடிக்கும் மின்னலுக்கும் கட்டிடம் அதிர்ந்ததாக ஒரு குறிப்பும் இல்லை அது பற்றிய நினைவும் இல்லை” என்று கவிதை சொல்கிறது.

ஜன்னலும் வானமும் இல்லை என்றவுடனேயே காலத்துக்குத் திரைபோடப்பட்டுவிடுகிறது. நினைவும் இல்லை என்றவுடன் அகத்தின் நெருக்கடி நிலை சுட்டப்பட்டுவிடுகிறது. அதற்கேற்றாற் போல கவிதை எப்போதோ நடந்ததை இப்போது கண்முன் நிகழ்வதைப் போல வினைச்சொற்களைப் பயன்படுத்திப் பகிர்கிறது. காவல் படையாள் "எல்லாத் தமிழ் கெட்ட வார்த்தைகளையும் ஏவுகணைகளாக எறிகிறாள்," "உணவுத் தட்டில் சிறுநீர் கழிக்கிறாள்" என்று தொடர்கின்ற கவிதை "இருந்தாலும் இது அவலச் சிறை" என்று கடைசி வரிகளில் சொல்கிறது. "இது" எனும் சுட்டல் இத்தருணத்தில் கவிதைசொல்லி சிறையில் அடைபட்டிருக்கிறார் எனத் தொனிப்பது. எப்போதோ நடந்தது எப்போதுமாக இப்போது நடப்பது கவிதையின் உரிப்பொருளாகும் அஞர் நிலைக்குச் சான்று.

அகக் காயங்கள் ஆறிவிடுமா என்று ஆற்றாமையுடன் கேட்கும் கவிதையும் ("ஆளற்ற தனித் தீவில் அழியாத காலடியும் எழுதாத கவிதையும்") சேரனிடம் உண்டு.

அகக் காயங்களில்
எப்போதும் கனன்றுகொண்டிருக்குமே தீ?
அதற்கு ஓய்வு வழங்க முடியுமா நம்மால்?

இன்னொரு கவிதை ("யாழ்ப்பாணப் பல்கலைக் கழகம்") அதற்கான வழியையும் சுட்டுகிறது.

கே என்று அழைக்கப்பட்ட கே.கேயை
நான் மறக்க முடியாது
கொன்றவரும் அவர்தான்
கொல்லாமல் விட்டவரும் அவர்தான்

என்று கவிதை ஒருவரை அறிமுகப்படுத்தித் தொடங்குகிறது. கவிதைசொல்லியும் கே.கே.யும்

பல்கலைக் கழகத்தில் சந்திக்கிறார்கள். இருள் சூழ்கிறது. பேச்சுவார்த்தை நடக்கிறது. முந்தைய கவிதையைப் போல அல்லாமல், நிகழ்கால வினைச் சொற்களிலேயே முழுக் கவிதையும் நகர்கிறது. இப்படி முடிகிறது:

பிற்பாடு
கொல்லப்பட்டவரின் மண்டையோட்டையும்
எலும்புகளையும்
தேடிச் செல்கிறோம்
அதுதான் வழி

யார் கொல்லப்பட்டார்கள்? கவிதை கடைசிவரை அதைக் கூறுவதில்லை. அதைப் பேசக் கவிதைசொல்லி தயாராக இல்லாதபடி நிகழ்வு ஏற்படுத்திய அஞர் குறுக்கே நிற்கிறது போலும். "அதுதான் வழி" என்றால் எதற்கு வழி? கொல்லப்பட்டவரின் உடல் மிச்சங்களைத் தேடிச் செல்கிறார்கள். கொல்லப்பட்டவரது பிணம் இன்னும் எரிக்கப்படவில்லை அல்லது அடக்கம் செய்யப்படவில்லை. ஈமச் சடங்குகளின் ஒரு பணி ஒருவரது சாவை அவருடன் இருந்தவர்களை ஏற்றுக்கொள்ள வைப்பது. இங்கே அது இன்னும் நடக்கவில்லை. உருவகமாகச் சொன்னால் பிணங்கள் நினைவுகளுக்குள் அழிவில்லாமல் அப்படியே கிடக்கின்றன. அவற்றை அப்புறப்படுத்துவதுதான் "வழி" என்று கவிதைசொல்லிக்குத் தெரிகிறது. அஞரிலிருந்து குணமாவதை நோக்கிய பயணத்தை இக்கவிதை பரிந்துரைக்கிறது.

சேரனின் கவிதைகள், குறிப்பாக *அஞர்* தொகுப்பு, உருவாக்குகின்ற நிலம் ஈழத் தமிழ்ச் சமூகத்தின் வன்நினைவின் நிலம். அதிலிருந்து மீளாமலும் மீள "வழி"யைத் தேடியும் அலைகிறது கவிதைசொல்லியின் குரல்.

இனப் படுகொலைக்கோ உயிராதாரம் உண்டு
கண்ணீர் எரிந்து உணர்வெழுதும்
நுண்சாட்சியம் உண்டு
கதைகதையாய்க் கொலைகொலையாய்
உறங்காத மொழியிலும் உலராத வரலாற்றிலும்
நினைவுகள் உண்டு.

தரலாம்.
பெறுவதற்கு யாருமில்லை.
சிறுவர்கள், பெண்கள், ஆண்கள்
குருதி, மழை, சேறு.

"படத்திலுள்ள சிறுவர்கள், பெண்கள், ஆண்கள்" என்ற கவிதை இப்படி முடிகிறது. இதற்கு "நினைவுகளைப் பகிர்ந்துகொள்ளுங்கள், நாங்கள் இருக்கிறோம்" என்று ஒரு நேர்மையான வாசகரால் பதில் சொல்ல இயலாது. காத்திரமான சாட்சியத்தின் "முடிவற்ற சொற்கள் முடிவற்ற கரை முடிவற்ற அலைக்கு" (திணை மயக்கம்) முன்னால் மௌனமாகத் தலையசைத்தலே அதற்கான மரியாதை. கவிதைகளில் உரிப்பொருளாகும் அஞர் நிலையைக் கையறு நிலையில் புரிந்துகொள்ளும் வாசகத் தன்னிலை செய்யக்கூடியதும் அதுவே.

உதவிய நூல்கள் / கட்டுரைகள்

தமிழ்

சேரன். *திணை மயக்கம் (அல்லது) நெஞ்சொடு கிளர்தல்.* நாகர்கோவில்: காலச்சுவடு, 2019.

சேரன். *அஞர்.* நாகர்கோவில்: காலச்சுவடு, 2018.

சேரன். "முள்ளிவாய்க்கால் 7ஆம் ஆண்டு: ஆற்ற ஒண்ணா அஞர்." மே 15, 2016. https://yarl.com/forum3/topic/174771-

முள்ளிவாய்க்கால்-7ஆம்-ஆண்டு-ஆற்ற-ஒண்ணா-அளுர்/

சேரன். "கருத்தரங்கம்." *புதிய பார்வை*, மார்ச் 16-31, 2008.

முத்துத்தம்பிப்பிள்ளை, ஆ. *யாழ்ப்பாணச்சரித்திரம்*. யாழ்ப்பாணம்: நாவலர் பிரஸ், 1915.

முத்துலிங்கம், அ. "ஆறாம் திணை." amuttu.net/2019/12/12/ஆறாம்-திணை/

ஜெயமோகன். "ரத்தம், காமம், கவிதை: சேரனின் கவியுலகு." https://www.jeyamohan.in/765/

ஆங்கிலம்

Berry, Michael. *A History of Pain*. Trauma in Modern Chinese Literature and Film. New York: Columbia University Press, 2008.

Hirsch, Joshua. *Afterimage: Film, Trauma, and the Holocaust.* Philadelphia: Temple University Press, 2004.

Kaplan, Ann E. *Trauma Culture: The Politics of Terror and Loss in Media and Literature.* New Brunswick: Rutgers University Press, 2005.

Ramanujan, A. K. Interior Landscape. Bloomington: Indiana University Press, 1967.

பரிதவிப்பின் உரையாடலிலிருந்து அவநம்பிக்கையின் லயத்துக்கு

மனுஷ்ய புத்திரன் கவிதைகள்

சார்தல்

யாருடைய வழிகளையும்
மறித்ததில்லை எனது நிழல்கள்
அளிக்கப்பட்டதற்கு மேல்
எதுவுமில்லை இப்பிரார்த்தனைகளில்
உன்னை அழுத்துவதற்காக அல்ல
இந்தப் பாரங்கள்
வெறுமனே சார்ந்திருக்கிறேன்.

நீராலானது (*[2001] 2014*) தொகுப்பிலிருந்து தொடங்குவோம். பல வருடங்களுக்கு முன்பு வெளிவந்த இந்தத் தொகுப்பின் தலைப்பே வாசகரை தன்னருகே ஈர்த்துவிடக்கூடியது. நீரின் குணாம்சங்களில் முதன்மையான ஒன்று தான் சேரும் அல்லது இருக்கும் இடத்துக்கான ரூபத்தைக் கொள்ளுதல்.

ஏற்கெனவே இருக்கின்ற தன்னை இன்னொன்றாக மாற்றிக்கொள்ளுதல் என்பதல்ல அது. தான் என்பதே அத்தகைய ரூபத்தைக் கொள்ளும் முனைப்புதான். இத்தொகுப்பிலுள்ள முக்கியமான கவிதைகளில் கவிதைசொல்லி இந்த ரூபத்தைக் கொள்ளும் முனைப்பானது அன்பு / காதல் என்ற பழக்கமான பரப்பில் நடக்கிறது.

“சார்தல்” கவிதையுமே இந்தப் பண்பை வெளிப்படுத்தும் எடுத்துக்காட்டான கவிதை என்றுதான் முதல் வாசிப்பில் தோன்றுகிறது. தன்னை முன்னிறுத்திக்கொள்ளாத கவிதைசொல்லி நேசிப்பவரிடம் பிரார்த்திக்கிறார். கடவுளின் காதலியாக, காதலனாகத் தன்னைப் பாவித்துக்கொண்டு பிரார்த்தனையைக் காதலாக மாற்றுவது ஒரு வகை. பல்வேறு சமயப் பண்பாடுகளில் பக்தி, மெய்ஞான இலக்கியப் பிரதிகளில் இதை நாம் காண்கிறோம். ஆனால் நேசிப்பவரிடம் பிரார்த்திப்பது இன்னொரு வகை. சொல்லப்போனால் உயரிய வகை அது. ஏனெனில் இவ்வகையில் பிரார்த்திப்பதே காதலிப்பதாகிறது.

பொதுவாக, ஏன் காதலில் சமத்துவம் பேசுவது சுகப்படுவதில்லை என்பதோடு பொருத்தியும் இதை யோசிக்கலாம். பால், பாலினம் உள்ளிட்ட அடையாள அரசியல்களின் நியாயங்கள் நாம் அறிந்ததே. என்றாலும் அடையாள அரசியல்களை அற்றுப்போகச் செய்கிற ஒரே தருணம், அல்லது அற்றுப் போகச் செய்யும் ஒரே விசை காதல் எனலாம். “ஆண்டையும் அடிமையும் இணைந்தாடும் களிநடம் இது” என்ற ரூமியின் வார்த்தைகள் கவிஞர்கள் மட்டுமல்ல, காதலர்களும் நினைவில் வைத்திருக்க வேண்டிய வார்த்தைகள்.

கடவுளின் இருப்பு சந்தேகத்துக்கு இடமான உலகில்

ஒருவர் தன்னுடைய காதலரை விளிக்கும் கவிதை பிரார்த்தனையாக ரூபம் கொள்கிறது. பிரார்த்தனையில் முதலில் கவிதைசொல்லியின் குரல் மன்றாடலுக்கான தன் தகுதியை ஸ்தாபித்துக்கொள்கிறது. 'யாருடைய வழியையும் மறித்ததில்லை என் நிழல்கள்' என்கிறது கவிதை. என்றால், யாருடைய வழிகள் இவை? இப்படியிருக்கலாம்; என் நிழல்களும்கூட மற்ற யாருடைய காதல் வழியையும் கெடுத்ததில்லை, அல்லது உன்னைத் தேடி வருகிற யாருடைய வழிகளையும் மறித்ததில்லை. முதலாவது கூற்று பொதுப்படையான நல்ல குணம் பற்றிய அறிவித்தல், அடுத்ததோ மனிதக் காதலில் அபூர்வமாகத் தென்படக்கூடியது. உடைமைத் தன்மையைக் களைந்து நிற்பதைச் சொல்வது அது. பிரார்த்தனை என்று வரும்போது சன்னிதி எல்லோருக்கும் பொதுதானே! அதேபோல்தான் உன் சன்னிதியும் பொது, நான் உன்னை உடைமையாகக் கருதவில்லை என்கிறது குரல்.

அடுத்தது, குரல் கவிதைசொல்லியின் இயல்பைச் சொல்கிறது. "அளிக்கப்பட்டதற்கு மேல் எதுவுமில்லை" என்றால் ஒரு கேள்வி வருகிறது. அளிக்கப்பட்டதற்கு மேல் இல்லை என்கிறபோது ஏன் பிரார்த்திக்க வேண்டும் அல்லது என்ன பிரார்த்திக்கப்படுகிறது? எதுவும் கோரப்படாத பிரார்த்தனை இது. ஒருவேளை இப்படிப் புரிந்துகொள்ளலாம்: உன்னை நோக்கிய என் குரல் பிரார்த்தனையின் தன்மையோடானது, அதே நேரத்தில் எதையும் முன்னிட்டல்ல. ஒரு முடிச்சு இதிலிருக்கிறது. என்னுடைய இந்தப் பிரார்த்தனைகளே உனக்கும் பாரங்களாகிவிடலாம். நான் எதுவும் கோராத போதும். ஒரு ஜாக்கிரதைத் தன்மை வந்து சேர்ந்துவிடுகிறது குரலில். அப்படியில்லை என்கிறது: "அழுத்துவதற்காக அல்ல, வெறுமனே சார்ந்துதான்."

கவிதையில் இடம்பெறும் "வெறுமனே" என்ற பயன்பாட்டைப் பற்றி மட்டுமே ஒரு பக்கம் எழுதலாம். இந்த வார்த்தைக்கு என் வாழ்க்கைக்குள்ளேயே ஒரு பயன்பாட்டு வரலாறு இருக்கிறது. பெண்பால் பண்பாட்டுச் சொல்லாடல் வரலாறும் அது. என் தாயார் திருமணமாகி வந்த புதிதில் ஒருநாள் வேலை ஏதுமின்றி நின்றுகொண்டிருந்தபோது குடும்பத்தில் மூத்தவரான என் பெரியப்பா (அப்பாவுக்கு மூத்தவர்) கேட்டாராம்: "என்ன செஞ்சிட்டிருக்கே?" தாயார் பதில் சொல்லியிருக்கிறார்: "சும்மாத்தான் இருக்கேன்." உடனே அவருக்குக் கடும் திட்டு விழுந்திருக்கிறது. அதெப்படி சும்மா இருக்கேன் என்று சொல்லலாம். அம்மா அப்போது அவரிடமிருந்து கற்றுக்கொண்டது, "வெறுமனே இருக்கேன்" என்றுதான் சொல்லவேண்டும். அம்மா இதை நினைவுகூரும்போது சிரித்துக்கொண்டுதான் சொன்னார். கவனித்தால் 'சும்மா' என்பதற்கும் 'வெறுமனே' என்பதற்கும் ஒரு நுட்பமான வேறுபாடு இருப்பது புலப்படும். 'சும்மா' என்பது போலில்லாமல் 'வெறுமனே' என்ற சொல் தனிநபர் முகமையைக் குறைக்கிறது அல்லது நீக்குகிறது. அதாவது இப்படி இருப்பது என் தேர்வல்ல, செய்ய வேறெதுவும் இல்லாததால், வேறு வழியின்றி இப்படி இருக்கிறேன் என்பது போல. குடும்பத்தில் பெண்கள் அவசியம் கற்க வேண்டிய பயன்பாடு இது எனும்போது மொழியின் உள்ளிடையான பாலினத்தன்மையை, படிநிலையை இது காட்டுகிறது. இருக்கட்டும். இங்கே கவிஞர் பயன்படுத்தியிருக்கும் சொல் 'வெறுமனே.' பிரார்த்தனையின் குரலாகத் தன்னைக் கீழே வைத்துக்கொள்ளும் குரலும் இது. ஆகவே, 'சார்தல்' என்ற வினைச் சொல்லோடு பொருந்தி சுயத்தின் ஆளுமையை மறுத்தும் இச்சொல் வருவதைப்

பார்க்கிறோம்.

சுஜாதா (2002) இக்கவிதை வரிகளை "ஊரிலேன் காணியிலேன் உறவு மற்றொருவரில்லை" என்ற ஆழ்வார் பாசுரத்தோடு ஒப்பிட்டுச் சரணாகதியாக வாசித்திருக்கிறார். மனுஷ்ய புத்திரனின் கவிதையின் கடைசி வரியின் 'சார்தல்' என்பதே சரணாகதிக்கான சமிக்ஞையைத் தருகிறது. இதிலிருந்து பார்க்க, முந்தைய வாக்கியத்தின் முடிச்சு அவிழ்வது போலிருக்கிறது. எதையுமே கேட்டுப் பெறுகிறபோது அது நம்முடைய பொருளாகிவிடுகிறது, அதற்கு நாம் பொறுப்பாளியாகிவிடுகிறோம். சார்தலின் வழியில் இந்தப் பொறுப்பு கூடுதல் சுமை. மாறாக, எதுவுமே கோராதபோது இலேசாக இருக்க முடிகிறது. சார்பவருக்கும் எளிதாக இருக்கிறது. யாரைச் சார்ந்துகொள்கிறோமோ அவருக்கும் எளிது அது.

ஆனால் "ஊரிலேன் காணியிலேன்" பாசுரத்துக்கும் நவீன கவிதைக்கும்தான் குரல்களில் எத்தனை வேறுபாடு? எதுவுமில்லை என்னிடம், உன்னிடம் வந்தேன், உன் பாதமூலத்தைப் பற்றினேன் என்று தடக்கென்று சொல்லிவிட முடியாது. சரணாகதிக்கு வருவதற்கு முன் சன்னிதியின் தன்மை தனக்குத் தெரியுமென்று சொல்ல வேண்டியதாக இருக்கிறது. பிரார்த்தனையில் எதுவும் கோர மாட்டேனென்று உறுதியளிக்க வேண்டியதாக இருக்கிறது. உனக்குப் பாரமாக இருக்காதென்று நம்பிக்கையூட்ட வேண்டியிருக்கிறது. ஏனெனில், இங்கே எதிரே இருப்பவர் கடவுள் அல்ல, சாதாரண மனிதர். சரணாகதி என்றாலுமே மனித உறவுக்கே உரித்தான சிக்கல்களை மனதில்கொண்டுதான் அதைச் செய்யவேண்டியிருக்கிறது. கவிதை அந்தச் சிக்கல்களை அருமையாக அடையாளம் காட்டுகிறது. ஏதோ கற்பனை

உலகத்தில் புனைவு கதாபாத்திரத்திடம் உரைப்பது போலத் தெரிந்தாலும் இந்தக் கவிதை அது எழுதப்பட்ட சூழல் பற்றிய இலக்கிய எதிர்வினையும்கூட. நவீன வாழ்வின் உறவுகளை நோக்கி முன்வைக்கும் அறிக்கையாகவும் இக்கவிதை உள்ளது.

மனுஷ்ய புத்திரனின் தொடக்க காலக் கவிதைகளில் உணர்ச்சி வேகத்தையும் நெகிழ்ச்சியையும் குறித்து ஜெயமோகன் உட்படப் பலர் எழுதியிருக்கிறார்கள். *நீராலானது* என்ற தலைப்பே ரூபமற்ற ஒன்றின் ரூபத்தைத் தேடும் ஓட்டத்தின்பாற்பட்டது. காதலும் அன்பும் அங்கீகரிக்கப்படும்போது மட்டுமே ரூபம் கைகூடுமோ என்ற பரிதவிப்பின் உணர்ச்சி வேகம் கூடிய கவிதைகளின் முன்மாதிரியான கவிதை "சார்தல்." அதே நேரத்தில் பரிதவிப்பின் உணர்ச்சி வேகம் கூடிய கவிதை. நெகிழ்ச்சியின் நீர்மையுடன் மற்றமையிடம் வைக்கும் பிரார்த்தனையின்போது முன்னெச்சரிக்கைக் கொடிகளும் ஏற்றப்பட்டுவிடுகின்றன.

சமீப வருடங்களில் வெளிவந்த மனுஷ்ய புத்திரனின் கவிதைகளில் முன்னெச்சரிக்கைக் கொடிகளை அதிகம் பார்க்க முடிவதில்லை. ஆனால் கவிதைகளில் பரிதவிப்பின் குரல் வேறொரு பரிமாணம் அடைந்திருப்பதைப் பார்க்க முடிகிறது. *இரவுக்குக் கைகள் இல்லை தொகுப்பில் (2019)* இடம்பெற்றிருக்கும் கவிதைகளில் நேசிப்பவர்களுக்கும் தனக்குமான இடைவெளியில் அந்தரத்தில் விழுந்தபடி இருத்தல், உணர்ச்சியே இல்லாத கடைசிப் பிரிவுகளை நினைவுகூர்தல், அடுத்தவருடன் கூட இருந்தாலும் பாதியாக மட்டுமே இருக்க முடிதல் என உறவின்பால் அவநம்பிக்கையின் லயத்தையே பெரிதும் கேட்கிறோம். "பாதி இருப்பது" என்ற தலைப்பிலேயே ஒரு

கவிதை தொகுப்பில் உள்ளது. சில கவிதைகளில் கவிதைசொல்லியின் அவநம்பிக்கை சுயபச்சாதாபமாக மாறுவதையும் பார்க்கிறோம். சில கவிதைகளில் வரிக்கு வரி, சமயத்தில் சலிப்பூட்டும் விதமாக, கழிவிரக்கம் தென்படுகிறது. ஆனால் சுயபச்சாதாபத்தின் உரத்த வெளிப்பாடு தென்படாத கவிதைகளிலும் ஒரு கைவிடப்பட்ட அல்லது கைவிட்ட இருப்பு கலங்கிய குரலில் தன்னை வெளிப்படுத்திக்கொள்கிறது. உறவுகளில் அழிவின் நடனத்தைக் கூர்மையாகப் பார்க்கக்கூடிய வாசகர்களுக்கு அச்சத்தை ஊட்டும் கவிதைகள் இத்தொகுப்பில் உண்டு. ஞானக்கூத்தனின் வார்த்தைகளைக் கடன்பெற்றுக் கூறினால் நவீன வாழ்க்கையை "எதிர்பாராத" நேரங்களில் "துண்டம் துண்டமாகக்" கண்முன்னால் காட்டுபவை இத்தகைய கவிதைகள்.

இரவுக்குக் கைகள் இல்லை தொகுப்பில் கவிதை சொல்லியின் குரலில் விளைந்திருக்கும் மாற்றத்தை லிரிகல் கவிதையின் தன்மைகளை முன்வைத்து, அவற்றை இணைத்துப் பேசலாம். அதற்கு முன் சில வார்த்தைகள்: மனுஷ்ய புத்திரன் பல விஷயங்களை, உணர்வுகளைக் குறித்து கவிதைகள் எழுதியிருக்கிறார் என்பது வாசகர்கள் அறிந்ததே. ஆயிரக்கணக்கில் காதல் கவிதைகள் மாத்திரமல்லாமல் சமகால அரசியலுக்கு எதிர்வினைக் கவிதைகள், சமூக நீதியை முன்னிறுத்தும் கவிதைகள், நகர வாழ்க்கை, தொழில் நுட்பம், இயற்கைச் சீற்றங்கள், தொற்றுநோய் உள்ளிட்ட பலவற்றையும் குறித்த கவிதைகள் அவரிடத்தில் உண்டு. இந்தக் கட்டுரை யதேச்சையாக நான் தேர்வு செய்த கவிதைகள் பற்றிய வாசிப்பு மாத்திரமே, அவர் கவிதைகள் பற்றிய ஒட்டுமொத்த ஆய்வுக் கட்டுரை அல்ல. வேறு கவிதைகளை எடுத்துக்கொண்டு புதிய, மாறுபட்ட வாசிப்புக் கோணங்களையும் ஒருவர் முன்னெடுக்க

முடியும். கவிதையில் திளைத்த பன்மை வாசிப்புகள் நமக்குத் தேவை.

மனுஷ்ய புத்திரனின் கவிதைகள், குறிப்பாக காதலுணர்வைப் பேசும் கவிதைகள், நேரடியாக வாசகர்களை விளிக்காமல் வேறொரு முகம் காட்டாத இருப்பை நோக்கியதாக இருக்கின்றன. அதே நேரத்தில், லிரிகல் கவிதைக்கே உரித்தான விதத்தில் அவருடைய கவிதைகள் தாம் விளிக்கும் மற்றமைக்கு முக்கியத்துவம் தந்து, அதைப் பிரதானமாகக் கருதுபவையாக மட்டுமின்றி, மற்றமையுடன் தன்னுடைய உரையாடலைப் "பொதுவெளி நிகழ்த்துதலாகவும்" வாசகர் முன் வைக்கின்றன. ஜோனதன் கல்லர் லிரிகல் கவிதையின் வரலாற்றுப் போக்குகளை விவரிக்கும் நூலொன்றில் (2015) எழுதுகின்றபடி லிரிகல் கவிதையின் இன்றியமையாத பண்புகளில் ஒன்று அவையை நோக்கி வைக்கப்படுகிற முக்கோணத்தன்மை கொண்ட விளி, அதாவது "இல்லாத" பிறிதொரு இருப்புடன் பேசுவதன் மூலமாக வாசகர்களுடன் உரையாடுதல். *நீராலானது* தொகுப்பின் உப தலைப்பு இவ்வகையில் சுவாரசியமானது. "உன்னோடிருத்தல் தன்னோடிருத்தல் பிறரோடு இருத்தல்" என்ற உபதலைப்பு மற்றமையையும் கவிதைசொல்லியின் தன்னிலையையும் வாசகர்களாகிய அவையினரையும் சுட்டுவதாகப் பொருள்கொள்ள இயலும்.

மனுஷ்ய புத்திரனின் கவிதைகளில் காணப்படுகிற இத்தகைய பிறிதொரு இருப்புடன் பேசும் முறையானது, *நீராலானது* தொகுப்பு உள்ளிட்ட முந்தைய காலக் கவிதைகளிடமிருந்து தற்போதைய கவிதைகளில் மாறுபட்டிருக்கிறது. *இரவுக்குக் கைகள் இல்லை* தொகுப்பில் சில கவிதைகளில் நீரும் நீர்மையும்

நேரடியாகவே பேசுபொருள்களாகின்றன. என்றாலும், அவருடைய முந்தைய காலக் கவிதைகளில் உள்ளீடாக இருந்த நெகிழ்ச்சியின் நீரோட்டம் இவற்றில் இல்லை. இந்த மாற்றம் கவிதைசொல்லியின் குரலில் ஏற்பட்டிருக்கின்ற மாற்றமா என்ற கேள்வி எழுகிறது. இத்தொகுப்பில் நீர் கவிதைசொல்லியின் தன்னடையாளமாக இருக்கிறது. இந்த நீர் இருண்மையின் அடர்த்தி கூடிய, எதிர்பாராமல் சிதறிப் போகின்ற நீர். கிணற்று நீராக, குடத்து நீராக, நீர்க்குமிழிகளாக வரையறுத்துக்கொள்ளும் தன்னடையாளத்தை இத்தொகுப்பிலுள்ள கவிதைகள் முன்வைக்கின்றன. சில கவிதைகளை வாசிக்கலாம்.

"ஐம்பதாவது படிக்கட்டில்" என்ற கவிதையில் வயது ஏற ஒருவனின் அகம் சிதறிப்போவதைப் பார்க்கிறோம்.

ஒரு நீண்ட படிக்கட்டில்
தள்ளிவிடப்படும் ஒருவன்
சிதறுகிறான்
படியெங்கும் வழிந்தோடும்
ஒரு தண்ணீர் குடம்போல

சிதறிய தண்ணீர் குடத்துக்குச் சென்று சேரப்போவதில்லை. சிதறி மீளாத அகம் இன்னொரு கவிதையில் திரும்பி வர முடியாத அகமாகக் காட்டப்படுகிறது. "திரும்பி வா" என்ற கவிதையில் மற்றமையின் குரல் கவிதைசொல்லியைத் திரும்பிவரச் சொல்லி அழைக்கிறது. ஆனாலும் கவிதைசொல்லியால் திரும்பிப் போக முடியவில்லை. நீருக்கடியில் செல்லும் பாதையில் வழி தெரியாது திணறிக்கொண்டிருப்பவராகக் கவிதைசொல்லி தன்னை வெளிப்படுத்திக்கொள்கிறார். கவிதையிலிருந்து சில வரிகள்:

இருட்டில்
திரும்ப
வழி தெரியவில்லை
மேலும் நீருக்கடியில்
செல்லும் பாதையில்
வெளிச்சம் வருமா என்றும் தெரியவில்லை
இந்த மறுமொழியும்
கண்ணீரோடுதான் சொல்லப்படுகிறது.

மற்றொரு கவிதையில் நேரடியாக நீருக்குள் தான் மூழ்கடிக்கப்படுவதைப் பற்றிக் கூறுகிறார் கவிதைசொல்லி. அதுவும் இவ்வகையில் அவரைக் கடவுள் கொலைசெய்கிறார்.

கடவுள் நம்மை
ஒரேயடியாக
தண்ணீரில் தள்ளுவதில்லை
ஒரு குழந்தையைப் பழக்குவதுபோல
படிப்படியாக நீச்சல் பழக்குகிறார்

பிறகு ஏன் ஒரு நாள்
தலையைப் பிடித்து
ஒரேயடியாக நீருக்கடியில்
அமிழ்த்துகிறார் என்றுதான்
புரியவில்லை

“வெறும் குரல்” என்ற கவிதையிலும் நீருக்குள் மூழ்கிவிடும் கவிதைசொல்லியைப் பார்க்கிறோம். இந்தக் கவிதையில் வருவது தற்கொலை. கவிதைசொல்லி தன்னைத் தானே மூழ்கடித்துக்கொள்கிறார். நீர்க்குமிழிகளாக மட்டுமே மற்றமையால் காணப்பட்டால் போதும் என்கிறார்.

நான் என் குரலிலிருந்து சொற்களை

அழித்துவிடுகிறேன்
அப்போது
அது ஒரு தீன குரலாக மட்டும்
எஞ்சிவிடும்
என் பிரார்த்தனைகளிலிருந்து
நான் உன் பெயரை நீக்கிவிடுகிறேன்
அப்போது நீ அந்தப் பிரார்த்தனையின்
பொறுப்புகளிலிருந்து
விடுவிக்கப்பட்டுவிடுவாய்

இதற்குப் பிறகும்
நான் எஞ்சியிருப்பின்
நீருக்கு அடியில் சென்றுவிடுகிறேன்

என்னை நீ
நீர்க்குமிழிகளாக மட்டும்
காணும்படியாக

கட்டுரையின் தொடக்கத்தில் நான் குறிப்பிட்ட "சார்தல்" கவிதையும் இக்கவிதையும் தொனியிலும் பொருளிலும் வேறுபடுகின்ற விதத்தைக் கவனித்தால் மனுஷ்ய புத்திரனின் கவிதைகள் பெற்றிருக்கும் மாற்றம் நன்கு புலப்படும். கவிதைசொல்லி மற்றமையுடன் உரையாடுவது போலக் கவிதையின் தொனி இருந்தாலும், இந்த மற்றமை உண்மையில் "இல்லாத மற்றமை." லிரிகல் கவிதையின் குணாம்சங்களில், கவித்துவ உத்திகளில் ஒன்று பதிலளிக்காத, "இல்லாத மற்றமையைக்" கவிதைசொல்லி விளித்துப் பேசுதல். இத்தகைய மற்றமையை விளித்துத்தான் வாசகர்களுடன், அதாவது தன் அவையினருடன், கவிதைசொல்லி தொடர்புறுத்திக்கொள்கிறார் (பார்க்க: Smith 2007; Culler 2015). லிரிகல் கவிதையின் தனித்துவமான பாணியான இத்தகைய தொடர்புறுத்தலை, கவிதைசொல்லி

வாசகர்களை நோக்கிக் "கண் சிமிட்டுவது" என எழுதுகிறார் கல்லர். அதாவது "இல்லாத மற்றமையை" சாக்காக வைத்து அவையினராகிய வாசகர்களுடன் கவிதைசொல்லி தொடர்புறுத்தும் உத்தி இது. "சார்தல்" கவிதையில் இவ்விதமான தொடர்புறுத்தல் நடக்கிறது. கவிதைசொல்லி கவிதையின் காட்சியில், அரங்கத்தில் வாசகருக்குமுன் மன்றாடும் உருவாகத் தன்னை வைத்துக்கொள்கிறார்.

"சார்தல்," "வெறும் குரல்" ஆகிய இரண்டு கவிதைகளிலுமே பிரார்த்தனை வருகிறது. "சார்தல்" கவிதையில் கவிதைசொல்லியின் பிரார்த்தனை மற்றமையின் சன்னிதியில் முன்னெச்சரிக்கைகளுடனும் தயக்கங்களுடனும் வைக்கப்படுகிறது. ஆனால், "வெறும் குரல்" இதிலிருந்து மாறுபடுகிறது. இந்தக் கவிதையில் கவிதைசொல்லியின் பிரார்த்தனையிலிருந்து கடவுளாகக் கருதிய, நேசித்த மற்றமையின் பெயர் நீக்கம் நடந்துவிடுகிறது. கடவுளின் பெயர் நீங்கிவிட்ட பிரார்த்தனையில் என்ன பொருள்? பொருள் இல்லாதபின் எதற்கு எஞ்சியிருக்க வேண்டும்? ஒருவேளை எஞ்சினால் நீர்க்குமிழிகளாகப் பார்த்தால் போதும் என்கிறார் கவிதைசொல்லி. நீர்க்குமிழிகள் என்ற படிமத்தை இரு வகைகளில் பொருள்கொள்ளலாம். நமக்குப் பழக்கமான படிமமாக நீர்க்குமிழி நிலையாமையைச் சுட்டுவது. பிரிவுக்குத் தாரைவார்க்கப்பட்டுவிட்ட, நிரந்தரமில்லாத உறவின் யதார்த்தத்தைத் தத்துவார்த்தமாக ஏற்றுக்கொள்கிறார் கவிதைசொல்லி எனலாம். அல்லது, மற்றமைக்குத் தன்னைப் பற்றிய நினைவின் தடமும்கூட நீர்க்குமிழிகளாக எழும்பி உடனே மறைந்துவிடக் கூடியது, அந்த அளவுக்குக்கூட தான் பொருட்டில்லை

எனச் சொல்வதாகவும் பொருள்கொள்ளலாம். மொத்தத்தில் இங்கே விட்டு நீங்குதலின் தொனியே மையமாக உள்ளது. மன்றாடலாக உரையாடுகின்ற "சார்தல்" கவிதையின் தொனியில் இக்கவிதை இல்லை. அவையினருக்கு முன் அரங்கத்தில் நீங்கிவிடத் துடிக்கின்ற, அல்லது நீங்கியபடியே சில வார்த்தைகளைக் கூறி மறைகின்ற கவிதைசொல்லியைக் காண்கிறோம். மற்றமையிடம் பரிதவிப்புடன் உரையாடும் குரல் அல்ல இது. உரையாடுதல் என்பதில் நம்பிக்கை இழந்துபோன, விலக்கத்தின் கையறுநிலையை ஏற்றுக்கொண்டுவிட்ட கவிதைசொல்லியின் குரலே வெளிப்படுகிறது.

இந்தக் குரல் *இரவுக்குக் கைகள் இல்லை* தொகுப்பில் பிரதானமாக வெளிப்படும் குரல். இது என்னுடைய தன்னிச்சையான பொருள்கொள்ளல் அல்ல. மற்றொரு கவிதையின் ("உட்கார்ந்திருப்பவரை அணைத்தல்") வரிகளையும் இணைத்துப் பார்க்கலாம்.

நின்றுகொண்டிருக்கும் இருவர்
அணைத்துக்கொள்வதுபோல
உட்கார்ந்திருக்கும் ஒருவனை
நிற்கும் ஒருவர் அணைப்பதில்
ஒரு சங்கடம் இருக்கிறது

அது ஒரு கிணற்று நீரை
குனிந்து கை நீட்டி
தவறி விழுந்துவிடாமல்
தொடுவதுபோல

இக்கவிதையிலும் மற்றமையிடம் தன் மன்றாடலை வைப்பது நடப்பதில்லை. தான் வேண்டுகின்ற நேச உறவில் முன்னெச்சரிக்கைகளுடனான பிரார்த்தனைக்குப் பதிலாக, அத்தகைய உறவில்

நேரக்கூடிய சங்கடங்கள் சொல்லப்படுகின்றன, அவை அங்கீகரிக்கப்படுகின்றன. இக்கவிதையிலும் நீர் உருவகமாகிறது. செம்புலப் பெயல் நீர் போல அன்புடை நெஞ்சம் தாம் கலந்தனவே என்ற விவரணைக்கும் இந்தக் கவிதையின் விவரணைக்கும்தான் எத்தனை தொலைவு! இங்கே நிலத்தோடு கலந்த நீர் இல்லை. வரைமுறை செய்யப்பட்ட கிணற்றுக்குள் நீர். கிணற்றுக்குள் குனிந்து கவனத்துடன், அச்சத்துடன், பாதுகாப்புணர்வுடன் தொடும் மற்றமையின் கைகள். இந்தக் கவிதையின் அவையினருக்குக் கிணற்றுக்குள் நீராகத் தன்னை வைத்துக்கொள்ளும் கவிதைசொல்லியும் காட்சியாவதில்லை. “இல்லாத மற்றமை”யை விளிக்கின்ற கவிதை நிகழ்த்தலில் கவிதைசொல்லியும் தான் மறைந்துவிடும் விழைவைக் கூறுவது மனுஷ்ய புத்திரனின் சமீபத்திய கவிதைகளில் நேர்ந்திருக்கும் முக்கியமான மாற்றம்.

எதற்காகக் கவிதைசொல்லி கிணற்றுக்குள் நீராக மறைய வேண்டும்? இதற்கான பதிலை வேறொரு கவிதை (“ஆத்மாநாம், வேறு வழியேதும் இருக்கிறதா?”) தருகிறது. அதில் வருகிற வரிகள் இவை:

ஆத்மாநாம்... வேறு வழியே இல்லையா?
கிணற்றின் ஆழங்களுக்குப் பதில்
நான் சமவெளிகளில் காணாமல் போய்விட்டால்
அது கவித்துவமான முடிவாக இருக்குமா?

“கிணறு” மரணத்துடன் இணைந்து எதிர்மறைப் படிமமாகவும் நம் பண்பாட்டு வரலாற்றில் இருக்கிறது. வறுமையாலும் நிராதரவு நிலையாலும் தன் குழந்தைகளைக் கிணற்றில் போட்டுவிட்டுத் தன்னை

மாய்த்துக்கொண்ட நல்லதங்காள் கதை நமக்குப் பரிச்சயமானது. ஆனால், ஆத்மாநாம் கிணற்றில் விழுந்து தற்கொலை செய்துகொண்டது நவீன வாழ்க்கைக்கே உரித்தான சிக்கல்களுடன் சம்பந்தப்பட்டிருக்கிறது. ஆத்மாநாமின் மறைவுக்கு பதில் குரலைத் தரும் மனுஷ்ய புத்திரனின் கவிதையோ "கிணற்றின் ஆழங்களில் காணாமல் போவதை" மீட்சியாகக் கருதுகிறது. ஆத்மாநாம் கவிதையின் முதல் பகுதியில் பேசுகிறார்.

அத்தனை கனத்ததாக இந்த இருள் இல்லை
நாம் கிணற்றில் விழாதவரை
மீளுதலுக்கான நம்பிக்கைகள்

நம்மை எந்த முடிவும் எடுக்கவிடாமல் தடுக்கின்றன

என வாதிடுகிறார். "ஏன் நேரத்தை வீணாக்குகிறாய்" என்று கேட்டு கவிதைசொல்லியை உள்ளே வரச்சொல்லி அழைக்கிறார். ஆத்மாநாமின் கவிதைகளிலிருந்து சில சொற்றொடர்கள் / வார்த்தைகள் அந்தப் பகுதியில் வருகின்றன. கவிதைசொல்லிக்குப் பயமாக இருக்கிறது. நடுக்கத்துடன் பதில் தருகிறார். கவிதைசொல்லி தன் வாழ்க்கையைப் பரிசீலிக்கும் வகையில் ஆத்மாநாமை விளிக்கிறார். ஆத்மாநாமின் குரல் கவிதைசொல்லியின் தன்மொழியில் சுயவிசாரணையில் பங்கேற்பதாகவே இருக்கிறது.

கவிதை என்பது புனையப்படுவது, அதில் வரும் கதாபாத்திரங்கள் புனையப்படுபவை என்றாலும் ஆத்மாநாமின் மரணம் கவிதையையும் நிஜ வாழ்க்கையையும் தையலிட்டு இணைக்கிறது. இங்கே விவாதித்திருக்கும் மற்ற பல கவிதைகளோடு சேர்த்து வாசிக்கும்போது கிணற்றில் தன் வாழ்வை முடித்துக்கொண்ட கவிஞனின் மரணம் ஒரு

கையெழுத்தாக மனுஷ்ய புத்திரனின் தற்போதைய சில கவிதைகளில் வருகிறதோ என்றும் நினைக்கத் தோன்றுகிறது. ஆத்மாநாமின் அகால மரணம் தமிழ் நவீன கவிதைகளின் பாடுபொருளாகியிருக்கிறது (உதாரணமாக, மனுஷ்ய புத்திரனின் சில கவிதைகள், பெருந்தேவியின் சில கவிதைகள்). நவீன கவிதை உருவாக்கத்தில் ஆத்மாநாமின் அகால மரணம் கூட்டு அஞர் நிலையாகவும் கவிதை உருவாக்க விசைகளில் ஒன்றாகவும் செயல்படுகிறதோ என்றும் எண்ணத் தோன்றுகிறது. இது மேற்கொண்டு பரிசீலிக்க வேண்டியது. மனுஷ்ய புத்திரன் என்ற கவிஞரை அவர் கவிதைகளில் வரும் கவிதைசொல்லியாக அடையாளப்படுத்திவிடாமல் இத்தகைய பரிசீலனை நடக்கும் பட்சத்தில் நவீன லிரிகல் கவிதையின் வளர்ச்சியிலும் கவியாக்க முயற்சியிலும் ஒரு கவிஞனின் அகால மரணம் பங்களிக்கும் விதங்களைப் புரிந்துகொள்ள அது உதவலாம்.

இது ஒரு புறமிருக்க, மனுஷ்ய புத்திரனின் சமீபக் கவிதைகளில் கவிதைசொல்லி அரங்கத்திலிருந்து மறைந்துபோக விழைவது தகவல்தொழில்நுட்பம் மேலாதிக்கம் பெற்றிருக்கும் இன்றைய வாழ்க்கைச் சூழலுக்குப் பொருத்தமானது. சமூக வலைதளத்தால் அதன் வாயிலாக ஓயாத தொடர்புறுத்தல்களால் நம்முடைய அன்றாடம் இன்று வடிவமைக்கப்படுகிறது. நேரடியாக ஒருவரையொருவர் சந்திப்பது போலன்றி மொபைல் அழைப்புகள், காணொளி அரட்டைகள், தகவல் பரிமாற்றங்கள் போன்றவற்றில் இடையறாத தொடர்புறுத்தல் நடந்தாலும், ஒருவரின் இருப்பை மற்றொருவர் “முழுமையாகப்” பெறமுடியாது. காணொளியில் தொடுதல், நுகர்தல் சாத்தியமில்லை.

குரல் மட்டுமே பரிமாறப்படும் இணைய அரட்டையில் உருவத்தைப் பார்த்தல் சாத்தியமில்லை. ஆனாலும் ஒருவர் மற்றவரோடு நேரத்தையும் நேசத்தையும் பகிர்ந்துகொள்ளும் உணர்வும் கிடைக்கிறது. 'கூட இருந்தும் இல்லாமல், கூட இல்லாமலும் இருந்து' என்ற தற்கால உறவுச் சூழலுக்கும், கவிதைசொல்லி மற்றமையிடமிருந்து மறைந்துபோய்விடத் துணிந்து, அதைத் தெரிவிப்பதற்கும் தொடர்பிருக்கிறது. மற்றமைக்கு முன் முழுக்க வேண்டப்படாத தன் இருப்புக்கு என்ன பொருள் என்பதையே மனுஷ்ய புத்திரனின் இப்போதைய கவிதைகளின் ஆதாரக் கேள்வியாக நான் பார்க்கிறேன். மனுஷ்ய புத்திரனுக்குக் கைவந்திருக்கும் லிரிக் வடிவம் இந்தக் கேள்வியை கவித்துவ அழகியலுடன் வெவ்வேறு விதமாக எழுதிப்பார்க்கத் துணை நின்றிருக்கிறது. இரவுக்குக் கைகள் இல்லை தொகுப்பு அதற்கான சான்று.

உதவிய நூல்கள் / கட்டுரைகள்

தமிழ்

மனுஷ்ய புத்திரன். *இரவுக்குக் கைகள் இல்லை*. சென்னை: உயிர்மை, 2019.

மனுஷ்ய புத்திரன். *நீராலானது*. சென்னை: உயிர்மை, 2014.

சுஜாதா. "நல்ல கவிதையின் அடையாளங்கள்." 04.01.2002 அன்று ஆற்றிய உரை. *நீராலானது*. மனுஷ்ய புத்திரன். சென்னை: உயிர்மை, 2014.

ஆங்கிலம்

Culler, Jonathan. *Theory of the Lyric.* Cambridge: Harvard University Press, 2015.

Smith, Mark. "Apostrophe, or the Lyric Art of Turning Away." *Texas Studies in Literature and Language 49.4*, 2007, 411–437.

பாரதியின் நவீனத்துவம்

கடவுளும் தன்னிலை உருவாக்கமும்

பாரதியின் கவிதைகளுக்கே உரித்தான நவீனத்துவத்தின் அபாரமான தொடக்கப்புள்ளிகளை இக்கட்டுரை பேசுகிறது. இரு பகுதிகளாகப் பிரிக்கப்பட்டிருக்கும் இதன் முதல் பகுதி ஏறக்குறைய பத்தாண்டுகளுக்கு முன்னர் பாரதி மகாகவியா என்பது குறித்து இணையத்தில் ஜெயமோகனுக்கும் எம்.டி. முத்துக்குமாரசாமிக்கும் (எம்.டி.எம்) இடையில் நடந்த விவாதத்துக்கான என்னுடைய எதிர்வினை. இரண்டாம் பகுதி அந்த விவாதத்தை ஏவுதளமாகக் கொண்டு பாரதியின் கவிதைகளின் தனித்துவத்தை என்னுடைய பார்வையில் எடுத்துரைப்பது.

பகுதி ஒன்று

பாரதி மகாகவியா?

ஜெயமோகனுக்கும் எம்.டி.எம்முக்கும் நடந்த விவாதத்தில் எனக்கு உடன்படக்கூடிய இடங்கள்

இரண்டு இருந்தன. ஒன்று, பாரதியைத் தமிழ் மரபுக்குள் மட்டும் வைத்து எம்.டி.எம் பார்க்கிறார் என்பதை ஜெயமோகன் விமர்சித்த இடம். ஜெயமோகன் தன் கட்டுரை ஒன்றில் குறிப்பிட்டபடி பாரதியின் காலகட்டத்தில் இந்தியத் துணைக்கண்டத்தில் அறிவுஜீவிகளிடையே செல்வாக்குப் பெற்றிருந்த பிரம்மஞான சபை போன்றவை பரப்பிய நவவேதாந்தம், வங்காளக் காளி உபாசனை போன்றவற்றின் தாக்கத்தைப் பாரதியிடம் நாம் பார்க்க முடியும். பாரதியைத் தமிழ் மரபுக்குள் மட்டும் வைத்து எம். டி.எம் பார்ப்பது, அதாவது சங்கம்-தமிழ் வைணவ பக்தி போன்றவற்றின் நீட்சியான இடத்தில் தமிழுக்கேயான நவீனக்கூறுகளை முதன்முதலில் வெளிக்கொணர்ந்த கவிக்குரலாக மாத்திரமே பார்ப்பது குறுகிய பார்வையாகும். இந்தியாவின் நவீன அறிவார்த்த, கருத்தியல் போக்குகள் பாரதியிடம் வலுவான செல்வாக்கு பெற்றிருந்ததை யாரும் மறுக்க முடியாது. தமிழ்ச் செவ்வியல், பக்தி, நாட்டார் மரபுகளோடு, ஐரோப்பியக் காலனியம், புத்தொளி அறிவுமரபு, அறிவியல் தொழிற்புரட்சி, நவீன அரசுருவாக்கம் போன்றவையும் நவவேதாந்தம் உட்பட இந்திய நவீனத் தத்துவப் போக்குகளும் ஊடாடி உருவாக்கிய பல்நிறப் பெயல் நீர்ப்புலம், பாரதியின் மூலம் வெளிப்பட்ட தமிழ் நவீன இலக்கியப்புலம் என்று புரிந்துகொள்வதே பொருத்தமானது. சொல்லப்போனால், இந்தக் கலப்பு தமிழ் நவீனத்துவத்தைப் பெருமைப்படுத்தக்கூடியதே.

இரண்டாவது, “மகாகவி” என்னும் சொல்லாக்கம். அழகியல் ரசனை அடிப்படையில் கம்பரோடும் ஷேக்ஸ்பியரோடும் ஹோமரோடும் ஒப்பிடுகையில் பாரதியிடம் உயர் கவித்துவம் கிடைக்கும் கவிதைகள்

எண்ணிக்கையில் குறைவு என்பதால் பாரதி மகாகவி அல்ல என ஜெயமோகன் மறுக்கிறார். “மகாகவி” எனும் அடைமொழியில் சில பிரச்சினைகள் உள்ளதாகத்தான் எனக்கும் தோன்றுகிறது. ஆனால் அதற்குக் காரணம், ஜெயமோகன் சொல்வதைப் போல அந்த அடைமொழி பாரதிக்கு மிகையான அடையாளம் என்பதால் அல்ல. சொல்லப்போனால், பாரதியின் கவிதைகளில் காணப்படும் அபாரமான, நவீனத்துவப் புத்தெழுச்சி, புதிய வார்த்தை, சொற்றொடர் பிரயோகங்கள் மாத்திரமே அவரை மகாகவி என்றழைக்கப் போதுமானவை. ஆனால் எப்போதுமே பிரயோகிக்கக்கூடிய அடைமொழியாகவோ அவரது பெயருக்கு மாற்றாகவோ ”மகாகவி”யைப் பயன்படுத்துவது ஒரு வகையில் தமிழ்க் கவிதையின் அசலான நவீனத்துவத் திறப்புகளுக்குத் தனிநபர் ஆளுமையொன்றை மூலமாகக் கொள்வதாகிவிடும்.

மேலும், பாரதியை “மகாகவி” என்று தொடர்ந்து அடைமொழியிட்டு அழைத்து, அதன் மூலம் வழிபாட்டுத் திருவுருவாகப் பாரதி கட்டமைக்கப்படும்போது தமிழில் நவீனத்துவத் தொடக்கம் குறித்து தமிழ்ச் சூழலில் இன்னும் நடக்காத, நடக்க வேண்டிய திறனாய்வுகளிலிருந்து நம் கவனம் அகன்றுவிடும் அபாயமுள்ளது. இன்றைய காலகட்டத்திலும் அரசியல் மேடைகளில் பாரதி முழங்கப்படுவதைப் பார்க்கிறோம். “தர்மத்தின் வாழ்வுதனை சூதுகவ்வும்” என்ற வரியை மேற்கோள் காட்டாத கட்சிகள் தமிழகத்தில் உண்டா என்ன? பள்ளிக்கூட மாறுவேடப் போட்டிகளிலிருந்து திரைப்படப் பாடல்கள், மேடைக்கச்சேரிகள் வரை இடையறாது மகாகவியின் பெயர் ஒலிக்கிறது. ஒருவேளை வழிபாட்டுத் திருவுருவாக மட்டுமே நம்மிடையே பாரதி

எஞ்சிப்போய்விட்டதால் தமிழ் மொழியின் நவீனத்துவம் பற்றிய விசாரணைகளைக் காத்திரமாக முன்னெடுக்க நாம் தவறிவிட்டிருக்கிறோமோ?

அடுத்ததாக, பாரதி மகாகவி என்கிற வாதத்தை நிறுவ அவரது கவிதைகளை முன்வைத்து தமிழ் நவீனத்துவத்தின் இயல்பை 'மொழிபெயர்க்க முடியாத தன்மை' என்பதாக வரையறை செய்கிறார் எம்.டி.எம். அவர் வார்த்தைகளில்: "மொழிபெயர்க்க முடியாத தன்மை தமிழின் உள் கலாச்சார முகம் நோக்கித் திரும்பி தமிழ் நுண்ணுணர்வுகளோடும் தமிழ் பண்பாட்டுக் குழூஉ குறிகளோடும் செறிவாகிவிட்ட தமிழ் நவீனத்துவத்தின் பண்பாகும். இந்த தமிழ் நவீனத்துவ பண்பை தமிழ்க்கவிதைக்கு தீர்மானமாக தீர்க்கமாக உருவாக்கிக்கொடுத்தவர் சுப்பிரமணியபாரதியார் ஆவார். அதனாலேயேதான் அவரை நாம் மகாகவி என்கிறோம்."

மொழிபெயர்க்க முடியாத தன்மை தமிழ்க் கவிதையின் விசேடமான தன்மையல்ல. தமிழ் என்றில்லை, பொதுவாக மரபு வளமும் இலக்கியத் தொன்மையும் பெற்ற மொழி எதுவாக இருந்தாலும் அதில் எழுதப்படும் கவிதையை மொழிபெயர்க்கும்போது கவிதை இழப்பதே அதிகமென்பது பலரும் அறிந்த விஷயம். கவிதை என்ற வகைமை அர்த்தரீதியான மொழிபெயர்த்தலையோ, வேற்று மொழியில் சாராம்சமாக அதைத் தருவதையோ மறுப்பது. சங்கப் பாடல்கள், பக்தி இலக்கியத்திலிருந்து பாரதி, பாரதிக்குப் பிற்பட்ட நவீன இலக்கியம் வரையிலும் கவிதையின் இயல்பாக இதைக் கூற முடியும். சங்கக் கவிதைகளைத் தமிழிலிருந்து ஆங்கிலத்துக்கு மொழிபெயர்க்கும்போது பட்ட சிக்கல்களை ஏ.கே. ராமானுஜனும் எழுதியிருக்கிறார்.

மரபு வளம் பெற்ற பிற மொழிகளுக்கும் இருக்கக்கூடிய சிக்கல்கள் இவை. தாகூரின் கவிதைகளின் மொழி பெயர்ப்புக் கோளாறுகளும் அவற்றின் விளைவாகச் சமரசத்துக்குள்ளான அவரது கவித்துவமும் ஆய்வுசெய்யப்பட்டிருக்கின்றன. ஆங்கிலத்தில் தாகூரின் கவிதைகளோ தாகூரோ சரியாகப் பிரதிநிதித்துவப்ப டுத்தப்படவில்லை எனச் சுட்டும் சிசீர்குமார் கோஷ் இவ்வாறெழுதுகிறார்: "எந்த அளவுக்குத் தாகூர் [மொழிபெயர்ப்பில்] எஞ்சுகிறார்? சப்த அழகு, படிமம், கவியுருவம், மொழி இவற்றின் நுட்பங்கள் மீட்க முடியாமல் காணாமல் போய்விடுகின்றன. கூற்றுகள் போன்ற இயல் வடிவம் அல்லது கவிதையற்ற அதீதக் கவித்துவமானவை தவிர நல்லது எதுவும் மிஞ்சியிருப்பதில்லை" *(1990, 29)*. எனவே, மொழிபெயர்க்கவியலாத் தன்மை என்பதைத் தனித்துவம் மிக்க தமிழ் நவீனத்துவப் பண்பு என வரையறை செய்வது பொருத்தமாக இல்லை.

தமிழ் நவீனத்துவத்தைப் பொறுத்து பாரதியின் பங்களிப்பை எம்.டி.எம். விளக்கும்போது "பக்தி மரபுக் கவிஞர்கள் சங்க இலக்கிய அகப் பாடல்களின் நிகழ்த்துத் தன்மையினை புறத்திலுள்ள பரம்பொருள் நோக்கிப் பேசும் கவித்துவக் குரலின் நிகழ்த்துத்தன்மையாக மாற்றினார்கள் என்றால் பாரதி மீண்டும் அதை அகம் நோக்கிப் பேசுகின்ற நிகழ்த்துத்தன்மையுடைய நவீன குரலாக மீட்டெடுக்கிறார்" என்கிறார். தொடர்ந்து, பாரதியின் தனித்துவத்தை நிறுவும் வகையில் அவரைத் தாகூரோடும் இவ்வாறு ஒப்பிடுகிறார்: "தமிழ் பக்தி மரபின் கவிஞர்கள் பாரதிக்கு கொடுத்த சௌகரியம் தாகூருக்கு இருந்திருக்கவில்லை. இதனாலேயே தாகூரின் கவிதைகளுக்கு உலகளாவிய வாசிப்புத்தன்மை

அதிகமானபோது பாரதியின் நவீனத்துவம் தமிழ் நவீனத்துவமாய் தனித்துவம் பெற்றது." தமிழ் பக்தி இலக்கியத்தின் தனிப்பட்ட குணாம்சமாக அதன் நிகழ்த்துத் தன்மையை எம்.டி.எம் முன்வைப்பதை இவ்வரிகள் காட்டுகின்றன.

தமிழகத்தில் ஆறாம் நூற்றாண்டிலிருந்து தொடங்கிய பக்தி இலக்கியம் மேற்குப் பகுதிகள், வடநாடு என்றெல்லாம் பயணித்து வங்காளத்திலும் சைதன்யர் மூலமாகப் பதினைந்தாம் நூற்றாண்டில் செறிவுபெற்றது. இதைக் கருதும்போது சங்க இலக்கியத்தின் அகநாடகீயமும் தமிழ் பக்தியின் நிகழ்த்துத் தன்மையும் தமிழகப் பரப்புக்குள் மட்டுமே நின்றிருக்கக்கூடிய வாய்ப்பில்லை என்றுதான் கருத முடியும். தாகூரைப் பொறுத்தவரை, சூஃபி ஞானிகள், நாட்டுப்புறக் கலைஞர்கள் மட்டுமன்றி சைதன்யர், வித்யாபதி, ஜெயதேவர் போன்றவர்களின் பக்தி மரபுகளின் பாதிப்பிருந்தது. போலவே, சமஸ்கிருதக் காவியக் கவிதைகளை அலங்காரப் படிமங்களை ஒதுக்கிவைத்து வாசிக்கையில், அவற்றின் உள்ளீடான கவிதை உணர்ச்சியில் சங்க இலக்கிய அகநாடகீயத் தன்மையின் தாக்கமிருக்கிற வாய்ப்பை நாம் சிந்திக்க முடியும். (சங்க இலக்கியத்தின் அகநாடகீயம் சமஸ்கிருத வாசிப்பாளர்களுக்கு ஏற்றவகையில் மாற்றம் பெற்றிருக்கலாம் என்பது வேறொரு ஆய்வுக்கான விஷயம்.) எடுத்துக்காட்டாக, ஐந்தாம் நூற்றாண்டின் காளிதாசனின் மேகதூதம். மேகதூதத்தை இயலாகவும் கவிதையாகவும் தாகூரும் மீள்புனைவு செய்கிறார். காதலியைப் பிரிந்திருக்கும் காதலனின் பிரிவாற்றாமை தாகூரின் மேகதூதத் தொகுப்பில் இழந்துபோன கடந்தகாலப் பண்பாட்டுப் பிரதேசத்துக்கான நினைவேக்கமாக, தவிப்பாக எழுதப்படுகிறது (பார்க்க: வாஜ்பேயி 2012):

இரவு அடர்கிறது
இரவின் தனிமை நெருங்குகிறது
சமவெளி கடந்து காற்று இலக்கின்றி முனகுகிறது
பாதி இரவு உறக்கமின்றி நான் கேட்கிறேன்
யார் நம்மை இவ்வாறு சபித்தது?
ஏன் இந்தப் பிளவு?
ஏன் இத்தனை உயரத்தில் உள்ளது நம் இலக்கு
குலைகையில் நாம் அழுவதற்கா?

தாகூரின் மேகதூத வரிகளின் நாடகீயத்தையும் நிகழ்த்துத் தன்மையையும் தனிப்பட்ட வாசிப்பின்போதுகூட நம்மால் உணர முடியும் *(வாஜ்பேயி, 102).*

மேலும், எம்.டி.எம். கூறுகின்றபடி தமிழ் பக்தி இலக்கிய நிகழ்த்துத்தன்மை புறத்தே இருக்கும் பரம்பொருளை முன்னிட்டுத்தானா என்றால் அவ்வாறில்லை. அப்பரின் திருத்தாண்டகம் "மனத்தகத்தான்" என்றே ஈசனைச் சொல்கிறது. "உள்ளம் பெருங்கோயில்" என்று இறையிடத்தை அகமாக்குகிறது திருமூலர் மொழி (திருமந்திரம்). "சிந்தையே கோயில் கொண்ட எம்பெருமான்" என இசைக்கிறார் மாணிக்கவாசகர் (திருவாசகம், கோயில் திருப்பதிகம்). "உளன் கண்டாய் உள்ளுவார் உள்ளத்துள்" என விவரிக்கிறார் பொய்கையாழ்வார் (முதல் திருவந்தாதி). நம்மாழ்வாரோ "அளிவரு மருளினோடு அகத்தனன்புறத்தனன்" (திருவாய்மொழி) என்று புறத்தில் மட்டுமின்றி அகத்திலும் உறையும் இறையைப் பாடுகிறார். புறத்தில் மட்டுமே பரம்பொருளை நிறுத்திவைத்துப் பேசும் எம்.டி.எம் "பக்தியின் விசிஷ்டாத்வைதமும் உணர்ச்சி உத்வேகமும் பெற்ற கவிக்குரல்" என்று பாரதியின்

கவிக்குரலை விவரிக்கையில் விசிஷ்டாத்வைதத்தைப் போகிறபோக்கில் குறிப்பிடுகிறார். ஆனால் இறை உள்ளுறையும் அந்தர்யாமி நிலை, ஆழ்வார் பாசுரங்களின் ஒரு முக்கிய உணர்வு நிலை அவர் கட்டுரைகளில் விடுபட்டுப்போகிறது. புறம் நோக்கி இறைவனைப் பாடுவதாக மட்டுமல்லாமல் அகத்திலிருக்கும் இறைவனையும் பக்தி இயக்கக் கவிஞர்கள் விளித்துப் பாடுகிறார்கள். பக்தி இலக்கியத்தில் நிகழ்த்துத்தன்மை என்பது புறத்தில் மட்டுமின்றி அகத்தோடான ஊடாட்டமாகவும்தான் இருக்கிறது, எனவே, "அகம் நோக்கிப் பேசுகின்ற நிகழ்த்துத்தன்மையை மீட்டெடுத்தல்" என்பதைத் தமிழ் நவீனத்துவத்துக்கான பாரதியின் பங்களிப்பாக, தனித்துவமான நவீனத்துவக்கூறாக எம்.டி.எம். கூறுவது பிரச்சினைக்குரியது.

பக்தி இலக்கியத்துக்கும் பாரதியின் நவீன கவிதைகளுக்கும் உள்ள வேறுபாடு நிகழ்த்துத்தன்மையை அகம்நோக்கி மீட்டெடுத்தலில் இல்லை. மாறாக பாரதியின் கவிதைமொழி புதுமையான நவீனத் தன்னிலைகளின் பரப்பாக இருக்கிறது. தமிழ் நவீன இலக்கியத்தின், கவிதையின் தொடக்கம் பாரதியிடமிருந்து தொடங்குகிறது என்று இதன் காரணம் பற்றியே கூற முடியும்.

பகுதி இரண்டு

பாரதி உருவாக்கும் நவீனத் தன்னிலை

பாரதியின் கவிதைகளின் நவீனத்துவம் பற்றிப் பேசுகையில் 'சுயம்' என்று சொல்லைவிட 'தன்னிலை' என்கிற சொல்லைப் பயன்படுத்துவதே பொருத்தமாக

இருக்கும். மனித சுயம் தன்னாளுகை கொண்டதல்ல என்பதையும், அது சமூகத்தின் பல்வேறு சமூக, வரலாற்று விசைகளால், இந்த விசைகளின் ஊடே உருவாகும் சொல்லாடல்களால் தொடர்ந்து வடிவமைக்கப்படுகிறது என்பதையும் 'தன்னிலை' என்னும் சொல் சுட்டுகிறது. காலனியச் சுதந்திரப் போராட்ட எழுச்சி, ஐரோப்பியக் கல்வி, அறிவியல் தொழில்நுட்பம், அச்சு ஊடகம், ஜனநாயகம், குடிமைச் சமூகம், சமத்துவம், பெண்ணுரிமை உள்ளிட்ட நவீனக் கருத்தாக்கங்கள், கரிசனைகள், செயற்பாடுகள் போன்ற பலவும் உருவாக்கும் நவீனச் சமூகத் தன்னிலைகளுக்கான முதன்மையான இலக்கியக் களமாக பாரதியின் கவிதைகள் இருக்கின்றன. தமிழ் நவீனத்துவத்தின் செறிவான, சக்தி வாய்ந்த தொடக்கங்களை பாரதியிடத்தில் நாம் காண்பதும் இதனாலேயே.

பாரதியின் "மனதி லுறுதி வேண்டும்" கவிதையின் அகக் குரலின் தன்மையை டி.எஸ்.எலியட்டின் "பாழ்நில"த்தின் குரலுக்கு நிகராக வைத்து எம். டி.எம் எழுதியபோது, "கடவுள் கைவிட்டுவிட்ட, அமைதியின்மையில் உலக இலக்கியப் பிரதிகளெங்கும் சொற்களை எடுத்து கொலாஜ் ஆக வைக்கும் குரல்" என்று குறிப்பிட்டிருந்தார். அமைதியில்லாத அகக் குரலைப் பொறுத்தவரை பாரதியின் கவிதைக்கும் எலியட்டின் கவிதைக்குமிடையே வேறுபாடு உள்ளது. பாரதி மகாகவியா என்ற விவாதத்திலிருந்து நகர்ந்து, இந்த வேறுபாட்டைத் தொடக்கப் புள்ளியாக வைத்து என் பார்வையில் பாரதி கவிதைகளின் தனித்துவத்தை எடுத்துக்காட்ட நினைக்கிறேன்.

எலியட்டின் அமைதியில்லாத அகக்குரலை பாரதி கவிதைகளிலும் நாம் எதிர்கொள்கிறோம் (உதாரணமாக,

"பேயாயுழலும் சிறுமனம்", "கொன்றழிக்கும் கவலையெனும் குழி") என்றபோதும் எலியட்டின் கவிதையிலிருந்து மாறுபட்ட நவீனத்தன்மையோடு ஒலிக்கிறது பாரதியின் கவிதை. "பாழ்நிலம்" கவிதையை எடுத்துக்கொள்வோம். உலகின் வெவ்வேறு பகுதிகளின் கலாச்சாரக் கூறுகளின் துண்டடங்களை அங்கங்கே வைத்து இணைக்கப்பட்டிருக்கிற கவிதை இது. எம்.டி.எம். கொலாஜ் என்று கூறுவதும் இதையே என்று புரிந்துகொள்கிறேன். இந்தக் கவிதையின் முடிவில் தத்தா, தயாத்வம், தம்வதா எனும் சம்ஸ்கிருதச் சொற்களைக் கொண்ட வரிகளுக்கு அடுத்த வரி சாந்தி, சாந்தி, சாந்தி என்று முடிகிறது. பிரஹதாரண்யக உபநிடதத்தில் வருகின்ற சொற்கள் அவை. பிரஜாபதியின் புதல்வர்கள், தேவர்களும் மனிதர்களும் அசுரர்களும் உலக வாழ்க்கைக்கு அர்த்தம் கொடுக்கிற முழுமுதல் ரகசியத்தைக் கூறச் சொல்லிக் கேட்கிறார்கள். பிரஜாபதி, "த" என்கிறார். அந்த ஒரே சொல் தேவர்களுக்குக் கட்டுப்பாட்டோடு இரு (தம்யதா) என்றும் மனிதர்களுக்குக் கொடு (தத்தா) என்றும் அசுரர்களுக்குக் கருணையோடிரு (தயாத்வம்) என்றும் அர்த்தமாகிறது. எலியட்டின் கவிதையில் இந்த மூன்று உபநிடதக் கருத்தாக்கங்களும் நவீன மனிதரை முன்னிட்டுப் பொருத்தப்படுகின்றன.

உலகின் மற்றொரு கோடியிலிருந்து ஆசியாவிலிருந்து எடுக்கப்பட்ட வைதீகக் கருத்தாக்கங்கள் எலியட்டின் நவீனக் கவிதையில் இடம்பெறுவதை இப்படிப் புரிந்துகொள்ளலாம்: உலகில் எப்பகுதியிலிருந்தும் கிடைக்கும் மெய்யியலையும் பற்றிக்கொண்டு போர் பயங்கரங்களால், அழிவுகளால் உடைந்துபோயிருக்கிற நவீன மனித அகத்தைத் துயரோடு எதிர்கொள்ளும் தொனி எலியட்டுடைய கவிதையுடையது.

உடைந்துபோயிருக்கும் நவீன மனித அகத்தை எதிர்கொள்ளும் முகமாக உபநிடதக் கருத்துகளைக் கொலாஜ் என்ற வகையில் தன் கவிதையில் எடுத்தாளும் எலியட் வேறொன்றையும் செய்கிறார். மனிதரை மட்டும் முன்னிறுத்தி, உபநிடத நூலில் அந்தக் கருத்தாக்கங்கள் சுட்டும் தேவர், அரக்கர் போன்ற இருப்புகளை அவர் புறந்தள்ளுகிறார்.

ஆனால் “மனதி லுறுதி வேண்டும்” கவிதை எலியட்டின் கவிதையிலிருந்து வேறுபட்ட புதிய கோணத்தைக் கொண்டதாக இருக்கிறது. முக்கியமாக பாரதியின் கவிதை முன்மொழிகிற நவீனத் தன்னிலையானது இறை நீக்கம் செய்யப்பட்டதாக இல்லை. உதாரணமாக, பாரதியின் “மனதி லுறுதி வேண்டும்” கவிதையின் கடைசியில் மூன்றுமுறை வருகின்ற “ஓம்” மனிதரைச் சுட்டுவதாக மட்டுமே இல்லை. “பாழ்நிலம்” கவிதையின் கடைசி வரியைப் போல ஒரு மரபுப் படிமத் துண்டின் கொலாஜ் இணைப்பாக மட்டுமே அதை நாம் பொருள்கொள்ள முடியாது. இந்து மரபுகளில் “ஓம்” என்ற சொல் சப்த வடிவிலிருக்கும் பிரம்மத்துக்கான குறியீடாக அறியப்படுகிறது. இறை அல்லது பிரம்மத்தின் உருவை மனதுக்குள் கொண்டுவர உதவும் தீமூட்டுக் குச்சி என்றும் அது விவரிக்கப்படுகிறது. “ஓம்” இடம்பெறும் கவிதையின் கடைசி வரி, நவீன மனிதரின் அமைதியிழந்த அகத்தைப் பற்றியதாக, “கடவுளால் கைவிடப்பட்ட” அகத்தைப் பற்றியதாக கவிதையை நாம் பொருள்கொள்வதைத் தடுக்கிறது. பாரதியின் கவிதையில் “ஓம்” என்பதன் மீள்கூறல்கள் பிரம்மம் என்னும் இறை, எங்கோ என்றில்லாமல் இங்கே என இடங்கொள்கிற சிறப்பானதொரு கவிதைத் தருணம்.

எளிமையான விளக்கமாக இந்தத் தருணத்தை பாரதி

வாழ்ந்த காலகட்டத்தில் நடைமுறை வாழ்க்கையை அதனளவில் இயக்கபூர்வமாக அணுகப்பார்த்த நவவேதாந்தத்தின் பாதிப்பு என்று கருத முடியும். நவவேதாந்தம் பேசிய (குறிப்பாக, ராமகிருஷ்ணர், விவேகானந்தரின் வழியில் வந்தவர்கள்) தங்களை மரபார்ந்த அத்வைதிகள் என்று சொல்லிக்கொண்டாலும் நவவேதாந்தம் சங்கரரின் அத்வைதத்திலிருந்து விலகியது என்பதை இங்கு முக்கியமாகக் குறிப்பிட வேண்டும். “தத்வமஸி” (“நீ அது ஆகிறாய்”) என்ற வேதாந்த மகாவாக்கியத்தை விவேகானந்தர் சமுதாயச் சேவையுடனும் சகோதரத்துவக் கொள்கையுடனும் “நடைமுறை அறத்துடனும்” இணைத்து அவற்றுக்கான நியாயத்தைத் தந்தது, அதற்குமுன் சமஸ்கிருதத் தத்துவச் சிந்தனைகளில் காணப்படாதது என பேராசிரியர் வில்ஹெம் ஹால்ப்ஃபாஸ் குறிப்பிட்டிருக்கிறார் (பால் ஹேக்கரைச் சுட்டி அவர் எழுதியதைப் பார்க்க, 1988, 239). விவேகானந்தரின் தாக்கம் பாரதியிடம் இருந்தது நாம் அறிந்ததே.

சங்கரரின் அத்வைதத்தில் இகவுலக வாழ்க்கையில் தொடர்பின்றி முற்றும் ஒதுங்கி நிற்கும் பிரம்மமானது, நவவேதாந்தத்தில் மனிதருக்குள் செயலூக்கம் கொண்ட, சமூகத்தை நோக்கிய உள்ளூறை ஆற்றலாக வடிவம் கொள்கிறது. சமூகக் கரிசனை கொண்ட, அதற்காகத் தன்னை அர்ப்பணிக்கின்ற உள்ளூறை ஆற்றல் என்று இதைச் சொல்லலாம். நவவேதாந்தம் முன்னிலைப்படுத்திய இத்தகைய ஆற்றலின் ஒலியுருவமே பாரதியின் கவிதைக் குரலான “ஓம்” எனப் பொருள்கொள்ள முடியும். உபநிடத மரபார்ந்து “ஓம்” சுட்டுகிற இறையாற்றலானது, “மனதி லுறுதி வேண்டும்,” “வாக்கினிலே யினிமை வேண்டும்,” “கனவு மெய்ப்பட வேண்டும்,” “பெண் விடுதலை வேண்டும்”

என்று செல்லும் கவிதை நெடுக, வரி இறுதிகளில் வரும் "உம்"மோடு தொடர்புறுத்தப்படுகிறது. "உம்" எனும் தொடரொலி, வில்லின் நாணுக்கு முறுக்கேற்றுவதுபோல நவீன மனிதனின் உலகார்ந்த செயலூக்க நரம்புகளை முறுக்கேற்றுகிறது.

ஆனால் நவவேதாந்தப் பார்வை இந்தக் கவிதைக்கு மாத்திரம் குறுகிய அளவில் மட்டுமே பொருந்தும். சமூக, பண்பாட்டு, தேச நிலவரங்களின் மாற்றத்தை அவாவி, சக்தி, காளி என்றும் சுதந்திரதேவி, பாரதமாதா என்றும் பருண்மையான, பழைய, புதிய தெய்வங்களை அழைத்தும் அரற்றியும் புதிய உலகத்தைச் சமைக்க பாரதி பாடிய மற்ற பல கவிதைகளோடு நாம் தொடர்புகொள்ள இது உதவாது. பாரதியின் பல கவிதைகளில் நவவேதாந்தத்தைவிட பக்தி, குறிப்பாக சாக்த, தாந்திரீக மரபுகளும் வைணவமும் பாரதியின் மொழியைச் செதுக்கி வடிவமைக்கின்றன. இனி வரும் பகுதியில், விரிவஞ்சி வைணவத்தை விடுத்து, பாரதியின் சில கவிதைகள் கட்டமைக்கும் தன்னிலைகளில் சாக்த, தாந்திரீக மரபுகளின் பங்களிப்பைச் சுருக்கமாக எழுதுகிறேன்.

சாக்த, தாந்திரீக வழிபாட்டுமரபுகள் இயக்கம் கொள்ளும் பாரதியின் கவிதைகளில் நாம் காணும் தன்னிலை, பரம் அல்லது இறையிடமிருந்து விலகி நிற்கும் தன்னிலையல்ல, அது இறையிடமிருந்து அந்நியமானதும் அல்ல. பொதுவாக, நவீனச் சொல்லாடல்களில் கடவுள் நீக்கப்பட்ட அல்லது கடவுளால் கைவிடப்பட்ட தன்னிலை என்பது மையக் கருத்தாக்கமாக, நவீனத்துக்கே உரித்தானதாக பல்வேறு சிந்தனையாளர்களால் முன்வைக்கப்பட்டிருக்கிறது. பெரும்பாலான நவீனச் சொல்லாடல்களில் சுய

விழிப்புணர்வு தன்னிலை உருவாக்கத்தில் முதன்மை பெறுகிறது. அதாவது நமக்குத் தலை அல்லது கால் இருப்பதுபோலவே நமக்கான ஒரு சுயம் இருக்கிறது என்கிற விழிப்புணர்வு. காலம்காலமாகக் கிறித்துவ இறையியல் மரபில் அகஸ்டினிலிருந்து துவங்கி மனித சுயம் தத்துவ, இறையியல் விசாரணைகளின் ஆய்வுப் பொருளாகியிருக்கிறது. என்றபோதும், மறுமலர்ச்சிக் காலகட்டத்திலும் பின்னரும் "தனிநபர்" எனும் கருத்தாக்கம் வலுப்பட்டபோது தத்துவ விசாரணைகளில் இறைநீக்கப் போக்குகள் மேலாதிக்கம் பெற்றன.

இந்து மெய்யியல்களின் விசாரணை இதிலிருந்து வேறுபடுகிறது. இவற்றில் உலகியல் கடந்த அப்பால்தன்மையோடு *(transcendent)* கடந்திருப்பவராக மட்டுமின்றி உள்ளார்ந்தும் *(immanent)* கடவுள் இருப்பதால், இந்து மெய்யியல்களின் தாக்கமுள்ள பாரதியின் எழுத்தில் தன்னிலை பற்றி ஆராயும்போது கடவுளின் இந்த உள்ளார்ந்த தன்மையையும் கணக்கிலெடுக்க வேண்டும்.

பாரதியின் பல கவிதைகளில் சுய மீட்சிக்காக மட்டும் கடவுள் நாடப்படுவதில்லை. சமூக, பண்பாட்டு நலன், பொருளாதார நலன், தேச நலன் முதலியவற்றுடன் பரந்த மனித குல நலன்களைப் பெறுதலும் அவற்றை அடையத் தடையாக இருக்கும் இடையூறுகளை ஒழித்தலும் கவிதைகளின் பேசுபொருள்களாக உள்ளன. சில கவிதைகளில் பாரதி போற்றும் இறையுமே கூட மரபார்ந்த தெய்வம் அல்ல. சுதந்திர தேவி, பாரத தேவி, தமிழ்த் தாய் போல நவீன தெய்வ உருவங்களாகக் தோற்றம் கொள்கிறது பெண் இறை.

மேலும், பாரதியின் கவிதைகளில் இறை என்பது புறத்தே உள்ளதாக, மனிதனின் மற்றமையாக

மட்டுமின்றி, தன்னிலையாகவும் அடையாளம் கொள்கிறது; நவீன உலகில் தனக்காகவும் தன்னைச் சுற்றியிருக்கும் உயிர்களுக்காகவும் சுய பொறுப்பேற்கும் மனிதத் தன்னிலையை வலுப்படுத்துவதாகவும் இறை இயங்குகிறது.

சாக்த, தாந்திரீக வழிபாடுகளைக் கருத்தில் கொண்டு இதைச் சற்று விளக்கமாகப் பார்க்கலாம். சாக்த வழிபாட்டை எடுத்துக்கொண்டால் அதில் சக்திக்கும் பக்தருக்குமிடையில் இடைவெளி இருக்கிறது. தேவிக்கும் மனிதருக்குமிடையே இருக்கும் இறையதிகாரப் படிநிலை அதற்குக் காரணம். இறையிடமிருந்து கீழே தன்னை நிறுத்திக்கொண்டு வழிபடும் பக்தரை அன்புக்கும் அருளுக்கும் ஏங்கும் குழந்தையாக, கருணைக்காக அரசியின் முன் நிற்கும் குடிமகளாக உருவகிக்க இயலும். இதற்கு மாறாக, தாந்திரீக உபாசனையில் மனிதர் இறையோடு இறையாகவே அடையாளப்படுத்திக்கொள்ளுதல் நிகழ்கிறது. எடுத்துக்காட்டாக, காளியைத் தாந்திரீக முறையில் உபாசனை செய்யும்போது பக்தர் காளியோடு அடையாளம்பெற்றுக் காளியாகவே மாறிவிடுவது நடக்கிறது. ராமகிருஷ்ண பரமஹம்சர் தாந்திரீக சாதனையில் ஈடுபட்டிருந்த காலத்தில் அவர் காளியாகவே மாறினார் என்கிறது அவரைப் பற்றிய சரித்திரக் கதைகள்.

பாரதியின் கவிதைகளில் தாந்திரீக மரபைச் சார்ந்து இறையாகவே அடையாளப்படுகிறது தன்னிலை; அதேபோல சாக்தத்தை ஒட்டி இறையிடமிருந்து தன்னைக் கீழே வைத்துக்கொண்டு இறைஞ்சுதலும் நடக்கிறது. தாந்திரீக வழிபாட்டுமுறையில் இறையோடு உடலின் ஒவ்வொரு பகுதியும் மனமும் புலன்களும்

அறிவும் அடையாளப்படுத்தப்படுகின்றன. வழிபடும் இறை சக்தியாக இருந்தால் சக்தியுடன் தலை, நெற்றி, செவி, நாசி, வாய், கண்டம், கை என ஒவ்வொரு உடல்பகுதியும் புலன்களும் அடையாளப்படுத்தி மனத்தில் சக்தியைக் கொண்டுவந்து நிறுத்துவது நடக்கும். மந்திர உச்சாடனமும் இவ்வழிபாட்டில் இன்றியமையாதது. “சக்திக்கு ஆத்ம ஸமர்ப்பணம்” என்கிற பாரதியின் கவிதையொன்றில் இத்தகைய வழிபாட்டு முறையில் கவிதைசொல்லியின் உடல்பகுதிகளும் மனமும் புலன்களும் ஒவ்வொன்றாகக் குறிப்பிடப்பட்டு சக்திக்குக் கருவிகளாகின்றன. அகம், சக்தி, மனம், கருவி போன்ற வார்த்தைகள் மந்திரம் போலத் திரும்பத் திரும்ப வருகிற கவிதை அது.

கையைச், சக்திதனக் கேகருவி யாக்கு - அது
சாதனைகள் யாவினையுங் கூடும்

...

தோள், சக்திதனக் கேகருவி யாக்கு - அது
தாரணியும் மேலுலகந் தாங்கும்

...

போன்ற வரிகளுக்குப் பின்னர், இக்கவிதையில்

அகம், சக்திதனக் கேயுடைமை யாக்கு - அது
தன்னையொரு சக்தியென்று தேரும் - அகம்
சக்திதனக் கேயுடைமை யாக்கு

என வருகின்ற வரிகளில் அகத்தில் சக்தியைக் கொணர்ந்து தானே சக்தியாக மாறுகின்ற விழைவு வெளிப்படுகிறது. இந்தக் கவிதையில் முக்தி போன்ற மெய்யியல் கோரிக்கைகளோடு உலகியலுடன்

தொடர்புடைய சந்ததி, தோள்வலு போன்றவையும் இதில் கோரப்படுகின்றன.

பாரதியின் "சக்தி" வசனகவிதையின் சில வரிகளையும் பார்க்கலாம்:

சக்திக்கு அநந்தமான கோயில்கள்
வேண்டும்.
...
இந்த அநந்தமான கோயில்களிலே
ஒன்றுக்கு 'நான்' என்று பெயர்.
....
இப்போது அவள் என்னுள்ளே
நிறைந்திருக்கின்றாள்.
இப்போது எனதுயிரிலே வேகமும் நிறைவும்
பொருந்தியிருக்கின்றன.
இப்போது எனதுடலிலே சுகமும் வலிமையும்
அமைந்திருக்கின்றன.
இப்போது என்னுள்ளத்திலே தெளிவு
நிலவிடுகின்றது.

மேலே குறிப்பிட்ட கவிதைகளில் "நான்" அல்லது "அகம்" என்பது இறை வாழ்கின்ற இடம் மட்டுமல்ல (அதாவது திருமூலர் கூறுகின்ற "உள்ளம் பெருங்கோயில்" போன்றதல்ல). இக்கவிதைகளில் தன்னிலையும் அகமும் இறையுடன் ஒன்றாகி சமமாகி, கூடவே இறையின் வேகமும் நிறைவும் பெறக்கூடியவையாகச் சொல்லப்படுகின்றன. உலகியல் சார்ந்த தோள்வலு, திறன், வேகம், வலிமை, சுகம் இவையெல்லாம் புத்துலகை அமைக்கப் பார்க்கிற நவீனத் தன்னிலையின் கூறுகளாகக் கவிதைகளில் இயைகின்றன. (பாரதியின் பல கவிதைகளில் சக்தியும் மற்ற பெண் தெய்வங்களும்

இடம்பெற்றாலும், ஆண்மை மிக்க, வீரியம் மிக்க உடல்கள் பெரிதும் விதந்தோதப்படுகின்றன. இத்தகைய ஆணுடல்-மைய நவீனத் தன்னிலை உருவாக்கம் தருகிற சிக்கல்கள் வேறொரு ஆய்வுக் கட்டுரைக்கு உரித்தானவை.)

சாக்த வழிபாட்டைப் பிரதியெடுக்கும் சில தோத்திரக் கவிதை வரிகளிலும் தன்னிலை துலக்கமாக வெளிப்படுவதைக் காண்கிறோம். அத்தகைய கவிதை வரிகளில் இறைக்கு முன்னிலையிலும் "நான்" என்பது ஓர் உள்மடிப்பாக துல்லியமாக வெளிப்படுகிறது.

மண்ணி லார்க்குந் துயரின்றிச் செய்வேன்,
வறுமை யென்பதை மண்மிசை மாய்ப்பேன்.

தானம் வேள்வி தவங்கல்வி யாவும்
தரணி மீதி னிலைபெறச் செய்வேன்,
வான மூன்று மழைதரச் செய்வேன்,
மாறி லாத வளங்கள் கொடுப்பேன்,
மானம் வீரிய மாண்மை நன்னேர்மை
வண்மை யாவும் வழங்குறச் செய்வேன்,
ஞான மோங்கி வளர்ந்திடச் செய்வேன்

என்று தன்மைக் குரலாக உலக மனிதர் நலத்தை அவாவிப் பேசிக்கொண்டு போகிறது ஒரு கவிதை (*"ஹே காளீ!"*); இறுதி வரியில் கவிதை "நான் விரும்பிய காளி தருவாள்" என்று முடிகிறது. "யோக சித்தி வரங் கேட்டல்" கவிதை சக்தியிடம் வேண்டுவதையும் பார்க்கலாம்:

விந்தை தோன்றிடவிந் நாட்டை - நான்
தொல்லை தீர்த்துயர்வு கல்வி - வெற்றி
சூழும் வீரமறி வாண்மை

கூடுந் திரவியத்தின் குவைகள் - திறல்
கொள்ளுங் கோடிவகைத் தொழில்கள் - இவை
நாடும் படிக்கு வினைசெய்து - இந்த
நாட்டோர் கீர்த்தியெங்கு மோங்கக் - கலி
சாடுந் திறனெனக்குத் தருவாய் - அடி
தாயே உனக்கரிய துண்டோ?

என்று கவிதை காளியைக் கேட்கிறது. 'நலன்களையெல்லாம் நீ செய்' என்று கடவுளிடம் விண்ணப்பம் வைத்துவிட்டு சும்மா இருக்கவில்லை. 'நலன்களை அடையும் வினையை மானுடன் நான் செய்கிறேன், செயல்திறனை நீ எனக்குத் தா' எனக் கோருகிறது. ஆகவே, கவிதைகளில் கடவுள் பேசப்பட்டாலும் உலகில் நவீன மனிதரின் செயல்பாட்டுக்கான சுய பொறுப்பு என்பது ஒரு லயம்போல, நினைவூட்டல் போலத் தொடர்ந்து கவிதைகளில் வருகிறது.

வேறு சில கவிதைகளில் தான் வாழும் சமூகம், பண்பாடு குறித்த சுய விமர்சனமாகச் சுய பொறுப்பு தோற்றம் கொள்கிறது. "சூத்திரனுக்கொரு நீதி தண்டச் - சோறுண்ணும் பார்ப்புக்கு வேறொரு நீதி," "வாய்ச் சொல்லில் வீரரடி," "ஜாதிச்சண்டை போச்சோ? - உங்கள் சமயச்சண்டை போச்சோ?" போன்ற வரிகளைக் குறிப்பிடலாம். அல்லது சுய பொறுப்பு நிகழ்கால நிலைமை மாற ஏக்கத்தின் தொனியாக உருக்கொள்கிறது. "என்று தணியுமிந்த சுதந்திர தாகம்?" போன்ற வரிகள் இதற்கு உதாரணம். மற்றொரு தளத்தில், சுய பொறுப்பு இனி நடக்க வேண்டிய மக்கள்திரளின் கூட்டுச் செயற்பாடாகப் பரிணமிக்கிறது. "தனியொரு மனிதனுக்கு உணவில்லையெனில் ஜகத்தினை அழித்திடுவோம்" போன்ற வரிகளை

எடுத்துக்காட்டலாம். புத்துலகத்துக்கான விழைவுப் பாதையில் சுய பொறுப்போடு கட்டப்படுகிற இத்தகைய தன்னிலை நவீனத்துவ எழுத்தின் முக்கியமான தொடக்கப் புள்ளியாகிறது. மேலே சுட்டிய "யோக சித்தி வரங் கேட்டல்" கவிதையைப் "பொலிக பொலிக போயிற்று வல்லுயிர்ச்சாபம்" என்னும் நம்மாழ்வார் பாசுரத்துடன் (திருவாய்மொழி) ஒப்பிடலாம். கடல்வண்ணன் என அழைக்கப்படுகிற இறைவனுடைய பக்தர்களது சஞ்சாரத்தால், சாபம் ஒழிந்தது, கலி தொலைந்ததென்று ஆழ்வார் பாசுரம் குதூகலிக்கிறது. பாரதியின் கவிதையோ கல்வியை, வீரத்தை, செல்வத்தை நாட்டோர் கீர்த்தியை நாடி, பொய்மை, இருள் போன்றவற்றைச் சுட்டும் கலியைத் தானே சாடும் திறனை இறையிடம் வேண்டுகிறது. இந்த மாற்றத்தைத் தமிழ்க் கவிதையின் நவீனத்தை நோக்கிய தாவல் எனப் புரிந்துகொள்ளலாம்.

ஜெயமோகன் பாரதியின் கவிதை மொழியின் நவீனத்தைச் சற்றுக் குறைத்து மதிப்பிடுகிறார். அல்லது அந்த மொழியில் ஒளிரும் நவீனத்தின் தனித்துவத்தைக் காணத் தவறுகிறார். க.நா.சுவைச் சுட்டி பாரதியைப் போற்றுபவர்களை ஜெயமோகன் விமர்சிக்கும்போது "நவீன ஜனநாயகத்தன்மை கொண்ட கவிமொழியை உருவாக்கிய வள்ளலார் முக்கிய முன்னோடி என்கிறார் க.நா.சு" எனவும் "பாரதியை மிகையாகத் தூக்கிக்கொண்டு முன்னே நிறுத்தும்போது மௌனமாக வள்ளலார் கீழே இறக்கப்படுகிறார்" எனவும் எழுதுகிறார். ஆனால் பாரதியின் கவிதைகளின் சுய பொறுப்புச் சாயலோடான நவீனத் தன்னிலை தமிழுக்குப் புதிது, மொழிக்கு அவருடைய பங்களிப்பு அது.

இப்பாரில் உடல் ஆவி பொருளும்உன்பாற்
கொடுத்தேன்மற் றெனக்கென் றிங்கே
எப்பாலும் சுதந்தரம்ஓர் இறையும் இலை

(திருவருட்பா, ஆறாம் திருமுறை)

என்று "நானை" முழுக்கத் துறக்க விழைகின்ற வள்ளலாரின் கவிதையுரைப்புக்கும் "நான்" என்பதன் பொறுப்பை வலியுறுத்துகின்ற பாரதியின் கவிதையுரைப்புக்கும் இடையில் தொனிக்கும் வேறுபாடு கருதத்தக்கது. பெண் விடுதலை, சாதி மறுப்பு, தேசப்பணி, தொழிற்சிறப்பு போன்ற நவீனக் கரிசனைகள் ஊடாடுகின்ற பாரதியின் கவிதைப் பரப்பில் சுய பொறுப்புடன் கூடிய நவீனத் தன்னிலை கட்டமைக்கப்படுவதில் ஒருவர் வியப்படைய எதுவுமில்லை. அதே நேரத்தில், கூடவே "மருவு பெண்ணாசையை மறக்கவே" வேண்டுவதற்கும் (வள்ளலார்) "பெண் விடுதலையை" வேண்டுவதற்குமான (பாரதி) வேறுபாட்டை கவனிக்கும் பார்வை நமக்கு வேண்டும். "உழலுற்ற வுழவுமுத லுறுதொழி லியற்றிமலம் / ஒத்தபல பொருளீட்டி வீண் / உறு வயிறு ..." என்று வள்ளலார் (திருவருட்பா, ஐந்தாம் திருமுறை) வருந்துவதற்கும், "உழவுக்கும் தொழிலுக்கும் வந்தனை செய்வோம் / வீணில் உண்டுகளித்திருப்போரை நிந்தனை செய்வோம்" என்று பாரதி பறைசாற்றுவதற்குமான சொல்லாடல் இடைவெளியை உணரும் திறந்த மனம் வாய்க்க வேண்டும்.

கடைசியாக, மேலே குறிப்பிட்ட "நான்" உள்-மடிப்பு திட்டவட்டமாக வருகிற, அருமையான வாசிப்பனுபவம் தருகிற பாரதியின் கவிதையொன்றைத் தருகிறேன், சக்தியை நேரடியாக விளிப்பதல்ல இக்கவிதை

("விநாயகர் நான்மணி மாலை") என்றாலும், கட்டுரை முன்வைக்கும் வாதத்துக்கு அது உதவும்:

பேசாப் பொருளைப் பேசநான் துணிந்தேன்
கேட்கா வரத்தைக் கேட்கநான் துணிந்தேன்
மண்மீ துள்ள மக்கள், பறவைகள்
விலங்குகள் பூச்சிகள் புற்பூண்டு, மரங்கள்
யாவுமென் வினையா லிடும்பை தீர்ந்தே
இன்பமுற் றன்புட னிணங்கிவாழ்ந் திடவே
செய்தல் வேண்டும், தேவ தேவா!
ஞானா காசத்து நடுவே நின்று நான்
'பூமண் டலத்தில் அன்பும் பொறையும்
விளங்குக, துன்பமு மிடிமையு நோவுஞ்
சாவு நீங்கிச் சார்ந்தபல் லுயிரெலாம்
இன்புற்று வாழ்க' என்பேன்! இதனை நீ
திருச்செவி கொண்டு திருவுள மிரங்கி
'அங்ஙனே யாகுக' என்பாய், ஐயனே!
இந்நாள், இப்பொழு தெனக்கிவ் வரத்தினை
அருள்வாய்....

கடவுளின் திருவடியில் வேண்டுதலை வைத்துவிட்டு 'அவன் பார்த்துக்கொள்வான்' என்று நகர்கிறவனின் பாடல் அல்ல இது. ஞான ஆகாசத்தில் மனிதரை உயர்த்தி நிறுத்தி அனைத்துயிர்களுக்கும் நலன்களைக் கோருகிற கவிதை; மனிதரான தன்னுடைய வினையால் புவியில் இடும்பை தீர வேண்டுமென்று கேட்கிற கவிதை; அன்பும் பொறையும் நிலவ, துன்பமும் மிடிமையும் நோவும் சாவும் அகல, பல்லுயிரும் இன்புற்று வாழ இவ்வுலகில் மனிதரின் பொறுப்பை வலியுறுத்துகிற கவிதை இது.

முடிவுரையாக, சங்க இலக்கியம் உள்ளிட்ட தமிழ் மரபுகளின் கூறுகள் மட்டுமன்றி காலனியாதிக்கம்

கொணர்ந்த மாற்றங்களோடும், காலனியக் காலகட்டத்தில் தமிழகம் தாண்டியும் கிளர்ந்த தத்துவப் போக்குகளோடும், வைணவ, சாக்த, தாந்திரீக மரபுகளோடும் பல்நிறப்புலப் பெயல்நீராகக் குதித்தோடுகிறது பாரதியின் கவிதைமொழி. இந்த மொழி புதுவகையிலான சுய பொறுப்போடு கூடிய நவீனத் தன்னிலையைக் கட்டமைக்கிறது. கடவுள் துதிக்கப்படும்போதிலும் புதியவுலகத்தை நிர்மாணிக்க வேண்டிய சுய பொறுப்போடு இத்தன்னிலை செயல்படுவதைக் காண்கிறோம். இறை போற்றப்படுகின்ற காரணத்தால் பாரதியின் கவிதைகளை நவீனத்துவத்துக்கு “முந்தையது” என்றோ நவீனத்துவம் “குறைபட்டது” என்றோ புரிந்துகொள்ளுதல் நம்முடைய போதாமையாகவே இருக்கும். பாரதியின் கவிதைமொழி தனித்துவத்தோடு கூடிய நவீனத் தன்னிலையைத் தமிழ் இலக்கியத்துக்குக் கொண்டு வந்திருப்பதாலும் அத்தோடு இயைகிற நவீனக் கரிசனைகளின் வலுவான முதல் எழுத்தியக்கமாக இருப்பதாலும், தன்னை நிகரற்ற நவீனத்துவமாக நிறுவிக்கொள்கிறது.

உதவிய இணையதளங்கள் / நூல்கள் / கட்டுரைகள்

தமிழ்

இணையச் சுட்டிகள்

பாரதி மகாகவியா என்ற விவாதம் ஜெயமோகனுக்கும் எம். டி. எம்முக்கும் இடையே அவர்களது இணையப் பதிவுகளில் நடந்தது. அது நடந்தபோது என்னுடைய இடையீடாக பாரதியின் நவீனத்துவம் பற்றிய கருத்துகளைப் பதிவுகளாக என் வலைப்பூவில் பகிர்ந்திருந்தேன். அவற்றைச் சீர்செய்து எழுதிய என் கட்டுரை (“பாரதி வழி நவீனத்துவ ஒளி”) மலைகள் இணைய

இதழில் பிரசுரமானது. அந்தக் கட்டுரையை மேற்கொண்டு செழுமைப்படுத்தி இங்கு தந்திருக்கிறேன். இந்தக் கட்டுரையில் குறிப்பிடப்பட்டிருக்கும் எம்.டி.எம், ஜெயமோகன் வாதங்கள் இடம்பெற்ற பதிவுகள், என்னுடைய கட்டுரைக்கு எம்.டி.எம் தந்த எதிர்வினை ஆகியவற்றின் சுட்டிகள் இவை:

ரசனை விமர்சனத்தின் வழி- எம்.டி.முத்துக்குமாரசாமிக்கு. http://www.jeyamohan.in/22009#.VhLgXOxViko

ஜெயமோகனுக்கு சில உடனடி எதிர்வினைகள். http://md-muthukumaraswamy.blogspot.com/2011/10/blog-post_22.html

மகாகவி சுப்பிரமணிய பாரதியார். http://mdmuthukumaraswamy.blogspot.com/2011/10/blog-post_09.html

ஆத்மார்த்தமாக பேசும் கவிக்குரல்கள்: பாரதியும் டி.எஸ். எலியட்டும். http://mdmuthukumaraswamy.blogspot.com/2011/10/blog-post_9197.html

வாருங்கள் ஜெயமோகன் தேநீர் அருந்தலாம். http://mdmuthu-kumaraswamy.blogspot.com/2011/10/blog-post_23.html

எம்.டி.முத்துக்குமாரசாமியும் பாரதியும். http://www.jeyamohan.in/21994#.VhMJ5exViko

பாரதி விவாதம்: பெருந்தேவி கட்டுரை. http://mdmuthuku-maraswamy.blogspot.com/2016/02/blog-post.html

நூல்கள்

மணி, டி.வி.எஸ் & சீனி விசுவநாதன். (ப-ர்), *பாரதியார் கவிதைகள்.* திருத்திய மூன்றாம் பதிப்பு. சென்னை: வானவில் பிரசுரம், 1977.

ஆங்கிலம்

Ghosh, Sisirkumar. *Rabindranath Tagore.* Makers of Modern India Literature. New Delhi: Sahitya Akademy, 1990.

Halbfass, Wilhelm. *India and Europe: An Essay in Understanding.* Albany: State University of New York Press, 1988.

Vajpeyi, Ananya. *Righteous Republic: The Political Foundations of Modern India.* Cambridge: Harvard University Press, 2012.

புதிய பிரபஞ்ச தரிசனமும் பழைய பெண் கற்பும்

திரிசடை கவிதைகள்

மறைந்த கவிஞர் திரிசடை பற்றிய சிறு அறிமுகத்தைத் தந்த பின் கவிதைகளை அணுக நினைக்கிறேன். திரிசடையின் இயற்பெயர் சாந்தா, சாந்தா சுவாமிநாதன். நவீன தமிழ் எழுத்தின் முன்னோடிகளில் ஒருவரான நகுலனின் தங்கை அவர் என்பது வாசகர்கள் பலருக்கும் தெரிந்திருக்கும். இவ்வுறவைக் குறிப்பிடும்போது ஒரு தகவலையும் பகிர வேண்டியிருக்கிறது. கவிஞர் திரிசடையின் கவிதைத் தொகுப்புகளைத் தேடி அலைந்தபோது கவிஞர் கிருஷாங்கினி அவர்களைத் தொடர்புகொண்டேன். அப்போது அவர் ஒரு தகவலைச் சொன்னார். “பல எழுத்தாளர்களைப் பற்றி எழுதியிருக்கிறேன், ஆனால் திரிசடையைப் பற்றி ஒன்றும் எழுதவில்லை” என்று நகுலன் ஒருநாள் அவரிடம் வருத்தப்பட்டாராம். அவருக்கு என்ன தயக்கமோ, இல்லை, தன்

குடும்பத்தைச் சேர்ந்தவர்களைப் பாராட்டக் கூடாது என்ற நிலைப்பாடு எடுத்திருந்தாரோ என்னவோ தெரியவில்லை.

நகுலன் திரிசடையின் கவிதைகள் பற்றிப் பெரிதாக ஒன்றும் எழுதவில்லை. ஆனால் திரிசடையின் *பனியால் பட்ட பத்து மரங்கள்* தொகுப்புக்கு நகுலன் 1977இல் சிறிய முன்னுரை எழுதியிருக்கிறார். அதில் இவ்வாறு குறிப்பிடுகிறார்:

> இந்தக் கட்டத்தில் 'திரிசடை'யின் கவிதைகள் புஸ்தக வடிவமாக ஏன் வர வேண்டும் என்று ஒரு சிலராவது கேட்கலாம். ஏன் 'திரிசடை' கூட என்னிடம், எனக்காக நான் எழுதிய கவிதைகள் புஸ்தக வடிவம் பெற வேண்டுமா என்று கேட்டதாகத்தான் என் நினைவு... இக்கவிதைகளைப் பற்றி எழுதுகையில் க.நா. சு. இலக்கியத்திற்கு — நாம் படைக்கும் இலக்கியத்திற்கு — ஒரு இந்திய உருவம் வேண்டும் என்று சொன்னது நினைவில் வருகிறது. இக்கவிதைகளில் எனக்கு மிகவும் பிடித்தவை, அமெரிக்காவின் இயற்கைச் சூழ்நிலை பற்றியவை. இத்துடன் இது ஒரு சிறந்த அம்சம் என்பது —இக்கவிதைகள் மரபு பிறழாதவை — மரபைப் பல விதமான சூழ்நிலைகளில் நிறுத்தி அதன் விவிதாம்சங்களை ஒரு நுணுக்கத்துடனும் ஆழத்துடனும் வெளிக் காண்பிப்பவை.

நகுலனின் இந்தக் கூற்றுகளில் சில தாவல்கள், நாம் நிரப்பிக்கொள்ள வேண்டிய சில வெற்றிடங்கள், சில விடுபடல்கள் இருக்கின்றன. உதாரணமாக, இந்திய உருவத்துக்கும் அமெரிக்க இயற்கைச் சூழ்நிலைக்கும்

என்ன தொடர்பு? மரபு என்பது எதைக் குறிக்கிறது? ஒருமையான அல்லது பன்மையான சமயம், பண்பாடு சார்ந்த மரபையா, எழுத்து, இலக்கிய மரபையா? கூடவே, மரபை எழுதுதல் எவ்வகைப் பெண்பால் தன்மையை நமக்குக் காட்டித் தருகிறது என்ற கேள்வியும் எழுகிறது. மரபை எழுதுதல் தேசங்களுக்கு இடையிலான தொடர்புறுத்தல்களாக, அல்லது விலக்கங்களாக எவ்விதம் விளங்குகிறது, எவ்வகையில் புலம்பெயர்தலைப் பேசும் இக்கவிதைகள் நவீனத்துவமாக உருவம் பெறுகின்றன போன்ற கேள்விகளையும் இக்கவிதைகளை முன்னிட்டுக் கேட்கத் தோன்றுகிறது. இவற்றில் சில கேள்விகளை இக்கட்டுரை அணுகப் பார்க்கிறது.

திரிசடை கேரள கலாசாலையில் ஆங்கிலத்தில் எம்.ஏ. பட்டம் பெற்றவர். திருமணமாகி அமெரிக்காவில் வசித்தவர். இரண்டு பிள்ளைகள் உண்டு. *பனியால் பட்ட பத்து மரங்கள்* நூல் அட்டையில் “திரிசடையின் கவிதைகள் அவர் தம் தாய் வழியாகப் பெற்ற ஒரு அனுபவ அனுபூதி ஞானம் பின் நிற்க ஒரு சுய ரூபத்தில் சுய - பரிமாணத்தில் உருவானவை” என்றொரு குறிப்பு இருக்கிறது. யார் இதை எழுதியதெனத் தெரியவில்லை. ஆனால் நவீனக் காலகட்டத்தில் தனிமனித சுயம் என்பதை ஒத்திசைவுள்ள சுயமாகக் கருதுவதில் நம்பிக்கை இருக்கும் யாரோதான் இதை எழுதியிருக்க வேண்டும். ஆனால், இதற்கு மாறாக, திரிசடையின் பல கவிதைகளில், குறிப்பாக இயற்கை முன்னிலைப்படுத்தப்படும் கவிதைகளில் புற இயற்கையில் சுயத்தைக் கலைத்துக்கொள்ளும் யத்தனங்களை நாம் காண்கிறோம். இந்த யத்தனங்களை அவரது பல கவிதைகளில் முதல் வாசிப்பிலேயே

கண்டுகொள்ள முடியும்.

பொதுப்படையான அறிமுகமாகத் திரிசடையின் பாடுபொருள்கள் பற்றிச் சற்றுப் பார்க்கலாம். முற்றிலும் அகமயமான கவிதைகளுக்கு மாறாக — அகமயமான கவிதைகளுக்குத் தமிழில் முக்கியமான முன்னோடி நகுலன் என்பதை இங்கே நினைவுகொள்ள வேண்டும் — பல வகையான கதைகள், உணர்வுகள், தலங்கள், மனிதர்கள், தெய்வங்கள், புனிதர்கள் முதலியோர் திரிசடையின் கவிதைகளில் இடம்பெறுகின்றனர். சிவன், கண்ணன், பராசக்தி, அன்னை மேரி, கிறித்து, நந்தனார், ராமகிருஷ்ணர், விவேகானந்தர், சந்தனு, தருமன், துரியோதனன் போன்ற மகாபாரதக் கதாபாத்திரங்கள், செர்ரி, ப்ளம், ஹனி டியூ மெலன் போன்ற பழவகைகள், சைவ உணவு ஆராதனை, அன்னை தெரஸா, ஓமான் நாட்டு மலைகள், காசி, ஜப்பானின் கியோட்டாவின் புத்தர் சிலைகள் இப்படிப் பற்பல. அதேபோல மனிதர்களும்தாம். "எங்கள் வீட்டுப் பெண்" கவிதையில் கணவனின் தங்கை கமலம் பற்றி, "ஈ.டி.யின் கருத்தும் விளங்கிவிட்டது" என்ற கவிதையில் பதினோரு மாதக் குழந்தை பேத்தி பற்றி, "படரும் பாசம்" என்ற கவிதையில் கேரளத்தில் அவரோடு படித்த ஆங்கிலோ இந்தியப் பெண் சிநேகிதி பற்றி, "பரமனின் பித்தலாட்டமே" கவிதையில் மைத்துனியைப் பற்றி, "தனிமை" கவிதையில் தன் மகனின் தோழனான ஒரு வெள்ளைக்காரரைப் பற்றி, "ஒரு சகோதரி" கவிதையில் சகோதரர்கள் பற்றி எனப் பல கவிதைகளை உதாரணமாகக் காட்டலாம்.

மனிதர்களைத் தவிரப் பல்வேறு உயிர்கள், குண்டு அணில்கள், குரங்குகள், தவிட்டுக் குருவிகள் உள்ளிட்ட பறவைகள், எறும்புகள், சிலந்தி, இப்படிப் பலவும்

அவர் கவிதைகளில் நடமாடுகின்றன. ஆனால், இப்படியான பல கவிதைகளும் மனதில் பதிவதில்லை. நல்ல வாசிப்பு அனுபவத்தைத் தராமல் பெரும்பாலும் உணர்வுப் பதிவுகளாக மட்டும் தேங்கி விடுகின்றன. என்றாலும் நவீன தமிழிலக்கிய வரலாற்றில் முதல் கவிதைக் குரல்களில் ஒன்று திரிசடை என்பதனாலும் தமிழ் இலக்கிய / எழுத்துச் சூழலில் 'பெண் எழுத்து' என்ற வகைப்பாடு பேணப்படுவதாலும் அதை நோக்கிய ஓர் உரையாடலாக இக்கட்டுரை.

நோய், குறிப்பாகப் புற்றுநோய், திரிசடை கவிதைகளில் பேசப்படுகிறது. திரிசடை புற்று நோயைச் சந்தித்தவர். "வெறும் நரஜன்மங்கள் மட்டுமே" என்ற கவிதையில்

> இன்றோ என்னில் புற்றாக நோய் படர
> அதை அநு நிமிடம் உணர்ந்து
> அதில் ஊறி ஊறிப் போய் நிற்கும்
> நினைவுகளின் தகிப்பைத்
> தாங்க வொணாது

என அவர் அனுபவித்த நோய், வாதையின் பதிவாகிறது. போலவே, 'வேண்டியதில்லை கண்கள்' என்ற கவிதை, "கடும் நோயால் / கார்க்கோடக விஷம் போல / கருகி நின்ற என்னை" என நோய் தந்த சிதிலம் வெளிப்படுகிறது. இப்பேசுபொருள்களைத் தாண்டி, அல்லது இவற்றோடு ஊடாடி என்னைச் சற்று ஈர்த்தவை வெளி பற்றிய அவரது கவித்துவ விசாரணைகளே. நமக்குப் பரிச்சயமான இருவகை வெளிகளை அவர் கவிதைகளில் நாம் பார்க்கிறோம். ஒன்று, வீட்டு வெளி, இன்னொன்று இயற்கை உள்ளிட்ட புறவெளி. ஆனால் திரிசடையின் கவிதைகளின் முக்கிய அம்சம் புலம் பெயர்ந்த அமெரிக்க வாழ்க்கையோடு

இயைந்திருக்கும் வீடு, புறவெளிகள் இரண்டையும் இந்தியத் தொன்மங்கள், அதிகமாக இந்து மதத் தொன்மங்கள், ஞாபகக் கதையாடல்கள் மூலமாக மீளுருவாக்கம் செய்வதே. இத்தகைய மீளுருவாக்கத்தில், அபூர்வமாக, புறவெளி பிரபஞ்ச தரிசனத்தை நோக்கி நகர்வது நடக்கிறது.

இவ்வகை எழுத்து நகுலன் குறிப்பிட்டதுபோல மரபில், குறிப்பாக இந்து சமய மரபில் துலக்கம்கொள்கிறது என்றாலும் கிறித்துவ சமய மரபையும் சில இடங்களில் நாம் காண்கிறோம். இது "கிழக்கத்திய", "மேற்கத்திய" பண்பாடுகளுக்கு இடையில் தொடர்புறுத்தலைச் செய்வதாகவும் இருக்கிறது. அதே நேரத்தில், அவர் கவிதைகளில் வருகிற தேசங்கள், பொதுவாக அவை கொண்டிருக்கும் தனித்தன்மைகளை மீறி எல்லாருக்குமான ஒரு உலகத்தைக் கண்டடைவதாகவும் இருக்கிறது. எல்லாருக்குமான உலகம் என்பதில் மனிதர்கள் மட்டுமல்ல, மனிதர்களற்ற ஜீவராசிகளும் உண்டு. பிரபஞ்ச தரிசனம் என்று நான் கூறுவது அதனால்தான். சமயவியலில் *emic category* ஆக, அதாவது மக்கள் மத்தியில் புழங்கும் ஒரு வகைமையாக எவ்வாறு தரிசனம் என்கிற சொல் பயன்படுத்தப்படுகிறதோ, அதே வகையில் அந்தச் சொல்லைக் கவிதையை வாசிக்க உதவும் கருவியாகப் பயன்படுத்துகிறேன். இதை விளக்கும் வகையில், என் கூற்றுக்குப் பொருண்மையான எடுத்துக்காட்டாக விளங்கும் ஒரு கவிதை இது:

மஞ்சள் மரம்

எதிரே எட்டி நின்றது "மஞ்சள் மரம்"
ஏற்றிவிட்ட தீபம் போல்,
ஒளியை மேலும் கீழும்
எண்டிசையும் பரப்பிக்கொண்டு.

...

நீண்ட உறுதியான நெடும் தூண்போல்
நின்றது மரம்.
தூணின் நிறமோ
எங்கள் நாட்டின் கோயில் ஸ்தம்பத்தை
நினைவுக்குக் கொண்டுவந்தது
இருபக்கமும் மேலும் கீழும்
தூணைச் சுற்றிப் பற்றிநின்ற
இலைகளோ தகதகக்கும் தனித்தங்கம்
மஞ்சட்பொடி கணபதி
மஞ்சட்பட்டாடை
மாங்கல்ய நூல்
பள்ளிக்குச் சிறுவர்களை அழைத்துச் செல்லும்
இந்நாட்டு பஸ்
வீதியில் ஓடும் நீண்ட மஞ்சள்கோடுகள்
என்ற ஞாபகப் பட்டியல் விரிய
எல்லாவற்றையும் மீறி நின்றது இந்த மஞ்சள்
ஜோதி
பூமியாம் அன்னை அவளுக்கு
மவுனமாகப் பக்தன் ஏற்றிவைத்த
கற்பூரக் கனகத்தட்டு போல்
தொட்டு வணங்கவும்
கண்களில் ஒத்திக்கொள்ளவும்
சொல்லாமல் சொல்லி அழைக்குதே
என் மஞ்சள் மரம்.

இந்து சமய மரபின் பொருள்கள், கடவுள்கள், குறியீடுகளை ஒட்டிப் புறவெளியை மீளுருவாக்கம் செய்கிறார் கவிஞர். ஆனால் இந்த உருவாக்கத்தில் புலம்பெயர்ந்த அமெரிக்க நிலத்தின் மஞ்சள் நிறப் பொருட்களும் குறியீடுகளும் இதில் கலந்து கலப்புக்

காட்சியைப் படைக்கின்றன. பண்பாட்டுக் கலப்பு என்பது நவீனப் புலம்பெயர் வாழ்வின் இன்றியமையாத பண்பு. இப்படியானதொரு காட்சியை தரிசனம் எனும் சமயச் செயற்பாட்டுக்குள் கொண்டுவருகிறார் கவிஞர். கவிதைசொல்லிக்கு மஞ்சள் மரம் கற்பூரக் கனகத் தட்டுபோல இருக்கிறது. அது கவிதைசொல்லியைத் தொட்டு வணங்க அல்லது கண்களில் ஒற்றிக்கொள்ள அழைப்பது போலிருக்கிறது. இந்து சமயக் குறியீடுகள் — சில தேய்வழக்கானவை — இந்தக் கவிதையில் இருந்தாலும் இந்தக் கவிதையைப் பொறுத்தமட்டில் வணங்குதல் எனும் செயற்பாடு பூமி என்னும் அன்னையைப் பற்றியதாக இருக்கிறது. இயற்கைக்கான வழிபாடு என்றுதான் இதைக் கொள்ள முடியும். கொடிமரமாக, கற்பூர தீபமாக இருக்கும் மரம் வேறு சில கவிதைகளில் இறையாகக் கூறப்படுகிறது.

ஓக் மரம்

கடவுளை நேரில் பார்க்கவில்லை
கல்லூரி சென்ற காளைப் பருவப் பிள்ளைகளின்
போக்கு பார்த்தாலும் புரியவில்லை
சிக்கலான பஸிலும் போட முடியவில்லை
ஓயாத டிவி நிகழ்ச்சிகளும் பிடிக்கவில்லை

நினைத்துப் பார்த்தால் -
நேரில் நெடுமால் போல
நிமிர்ந்து நிற்கும் எனது ஓக் மரங்கள்

இக்கவிதையில் 'அமெரிக்க வாழ்க்கை' என்று குறிப்பிட்டுச் சொல்ல முடியாவிட்டாலும் பெற்ற பிள்ளைகள் அந்நியமாகியிருக்கும் வாழ்வு காட்டப்படுகிறது. சிக்கலாகியிருக்கும் நவீன வாழ்வுக்கு மருந்தாக, ஆறுதலாக நெடுமால் என நின்றிருக்கும்

மரங்களின் வெளி காட்டப்படுகிறது. கவிதைகளில் மரங்களெனும் காட்சி இறையாகவே மாறுவதைப் போல, இன்னொரு கவிதையில் ("தவயோகி") யோகியாக மாறுகிறது தவிட்டுக் குருவி.

இந்து சமயக் குறியீடுகள் அல்லாத சில கவிதைகளும் திரிசடையின் ஆக்கத்தில் உள்ளன. கிறித்துவம், பைபிள் சில கவிதைகளில் குறிப்பிடப்படுகின்றன. உதாரணமாக, "போகவிருக்கும் நான்..." என்கிற கவிதையில் சமையற்கட்டைத் தேடி வருகிற அணில் கதாபாத்திரம். வாலைத் தூக்கி, மூக்கால் பணியாரம் தேடும், குருவிகளைக் கோபத்தோடு விரட்டும் அணில் அது. "உச்சி வேளையில் / கன்னிமேரி பிரார்த்திப்பதுபோல் / கைகளை மேல் தூக்கி உன் வெள்ளைப் பஞ்சு வயிற்றை / எனக்குக் காட்டி நீ இருக்கும் அழகை / நான் எப்படித்தான் சொல்வது?"

அந்த அணில் இறந்துவிடுகிறது. தேனீக்கள் அதன் கண்களை மொய்க்கின்றன. அணிலோடும் கன்னிமேரியோடும் கவிதைசொல்லி கொள்ளும் நேசத்தை எடுத்துரைக்கும் கவிதையாகவும் இது உள்ளது.

திரிசடையின் கவிதைகளில் மரங்கள் இறையாக மட்டுமில்லை, அல்லது இறையைப் பிரதிநிதித்துவம் செய்வதாக மட்டுமில்லை. கவிதைசொல்லியின் உடலார்ந்த சுயமாகவும் அவை வெளிப்படுகின்றன. இத்தகைய வெளிப்பாட்டை இங்கே முன் குறிப்பிட்ட கவிதைகளோடு வைத்து வாசிக்கும்போது, புறவெளி என்பது கவிதைசொல்லியின் சுயம் கரைந்துவிடும் வெளியாகவும் கவிதையில் உருவாகிறது.

பனியால் பட்ட பத்து மரங்கள்

கையில்
10 விரல்கள் ஏதோ ஒரு கோர்வை
எதிரிலோ
பனியால் பத்து, பட்ட மரங்கள்
ஏதோ ஒரு வரிசை
கீழே கரும் கூரைகள்
விரல்களைப் பார்க்காமல்
ஊர்ந்து செல்லும்
பலவர்ண வானின் அடியில்
விசுவ ரூபமாய்
நீங்கள் நிற்பதை
உவந்து, உவந்து பார்த்து
ஊமையானேன்.

இக்கவிதை உடனடியாக நமக்கு வேறோர் எழுத்தாளருடைய வரிகளை ஞாபகப்படுத்தும். வேறு யார், நகுலன்தான்:

நினைவு ஊர்ந்து செல்கிறது
பார்க்கப் பயமாக இருக்கிறது
பார்க்காமல் இருக்கவும் முடியவில்லை.

ஆனால் இரு கவிதைகளுக்கும்தான் எத்தனை வித்யாசம்! நகுலனின் வரிகளில் ஒருவனுக்கு அவன் நினைவு. மெதுவாக ஊர்வதைப் பார்த்து பயம் வருகிறது. நவீன வாழ்க்கை முன்வைக்கும் தனிநபர், அவர் தனிமை, தன் ஞாபகத்திலிருந்தும்கூட அன்னியமாகும் தன்மை ஆகியவற்றைத்தான் நகுலனின் கவிதை உடனடியாக முன்னிறுத்துவது. ஆனால், திரிசடையின் கவிதை வேறுபட்ட உணர்வனுபவத்தைக் காட்டித் தருகிறது. கவிதைசொல்லியின் பத்து

விரல்கள், ஒன்றைப் போல் ஒன்றில்லாதவை, பத்து மரங்களாகின்றன. பனியால் பட்டுப் போன மரங்கள் விரல்களுக்கு அழகான உவமைப் பொருத்தம்! குளிரில் விரல்கள் மரத்துப்போய் மரமாகிற தன்மை, அமெரிக்கா போன்ற பிரதேசங்களுக்கே உரித்தான தன்மை, இங்கே கவிதையில் உள்ளிடை. கைகளின் பத்து விரல்களும் வெளியே பத்து மரங்களாகி நிற்க வானம் வர்ணஜாலத்தோடு மேலே ஊர்கிறது. ஊர்கிற வானத்துக்கு மரங்களின் மேல் எந்தக் கவனமும் இல்லை. நகுலனின் கவிதையில் வருகிற அச்சத்துக்கு மாறாக, இங்கே கவிதைசொல்லியின் மனத்தில் உவகை பெருகுகிறது.

நினைவு என்பது ஒருவரின் உள்ளே இருக்கிறது என்றபோதும் வெளியே இருக்கிற ஒன்றாய், அவர் கட்டுப்பாட்டுக்குள் இல்லாமல் அச்சுறுத்தி ஊர்வதாய் நகுலனின் கவிதையில் வருகிறது. திரிசடையின் கவிதையிலோ உடல் உறுப்புகள், அதாவது விரல்கள். வெளியே இருக்கும் மரங்களாய்த் தோற்றம்கொள்ள, மிதக்கின்ற வானத்தின் வர்ணஜாலம் காட்சியாகின்றது.

நகுலனின் கவிதை வரிகள் சுயம் குவித்தலில் கவனம்கொள்கின்றன என்றால், திரிசடையின் கவிதை வரிகள் உடலை இயற்கையாக்கி நினைவெனும் சுமையை, விஷத்தைத் தள்ளிவைத்து வானத்தை உடல்-இயற்கையின் மேல் மிதக்கவிடுகின்றன. தனிமனித சுயத்தின் கலைப்பு இயற்கை வாயிலாக இங்கே சாத்தியமாகிறது. “வானின் அடியில் விசுவ ரூபமாய் நீங்கள்” என்பதில் “நீங்கள்” இறையைச் சுட்டுவதாகக் கொள்ளலாம். என்றாலும் “நீங்கள்” என்பதைக் கவிதைசொல்லியின் “நானாக”ப் பொருள்கொள்ளவும் முடியும். கவிதையில் “நான்” என்பது பிறிதொன்றாவதை, அத்தகையதொரு

மாற்றத்தை, மரங்களாகும் விரல்கள், அல்லது விரல்களாகும் மரங்கள் சாத்தியப்படுத்துகின்றன.

சுயம் எவ்வாறு இயற்கை எனும் புறவெளிக்குத் தள்ளப்பட்டு, கரைக்கப்பட்டு உருமாற்றப்படுகிறதோ, அதேபோலப் புறவெளி உள்நுழைந்து அகம் முழுக்க வியாபிப்பதை முன்வைக்கும் கவிதையையும் திரிசடை எழுதியிருக்கிறார். "ஜொலிப்பு" என்கிற இந்தக் கவிதையிலும் "நீயும் நானுமற்ற" நீ என்ற ஒன்றை நோக்கிய நகர்வைக் கவிதை கூறுகிறது.

ஜொலிப்பு

அந்தி நேரத்தில்
வாய் பிளந்த சுறா மீன்
போல் ஆகாசத்தில் நீ
ஜொலிக்க
கார்மேகம்
மேலும்
கீழும்
உள்ளிலும்
நிறைந்தது.
மறுபடியும்
ஜொலிப்பது
மேகம் பின் தொடர
நீயும்
நானுமில்லாமல்
நீ மாத்திரமே.

திரிசடையின் கவிதைகளில் புறவெளி என்பது உவகையின், இறைமையின் வெளியாக இருக்கையில், வீடு என்பதோ பழக்கமான, சொல்லப்போனால் தேய்வழக்குகளாலான குடும்ப அல்லது சிநேகிதக்

கதையாடல்களின் பரப்பாகப் புனையப்படுகிறது. புறவெளியில் தன்னைக் கலைத்துக்கொள்கிற சுயத்தை இங்கே நாம் பார்க்க முடிவதில்லை. மாறாக, தெளிவாக பேரன், மகன், சிநேகிதர் போன்ற உறவுகளோடு, அவற்றைக் கொண்டாடி, அத்தகைய உறவுகளில் கவிதைசொல்லி தன்னை நிறுத்திக்கொள்வது நடக்கிறது. அதே நேரத்தில் பண்பாட்டில் வழக்கமான விதந்தோதப்படும் பெண் அடையாளம் வலியுறுத்தப்படுகிறது. ஓர் எடுத்துக்காட்டு, "கிடைப்பது அரிதே!" என்ற கவிதை. கவிதைசொல்லி குழந்தை பெற்று வீட்டுக்கு வந்த பின் உதவ வரும் ஒரு பெண்ணைப் பற்றியது இக்கவிதை. அவரது மற்ற சில கவிதைகளைப் போல, தான் விட்டுவந்த நாட்டின் வழக்கங்களை அமெரிக்காவோடு ஒப்பிட்டு உயர்த்திப் பேசுகிறது. வாசிப்பில் சலிப்பைத் தருகிற இந்தக் கவிதை வீட்டுக்கு வந்திருக்கும் பெண்ணின் குணநலன்களைச் சித்தரித்துவிட்டு மேற்கொண்டு அவள் பேசும் பழங்கதைகளை நோக்கி நகர்கிறது. நிறைவாக, "மின் அடுப்பில் / திடீர் சமையல் பக்குவ பதார்த்தங்கள் / நிறைந்து கிடக்கும் இந்நாட்டில் / ஏதோ சமைத்தும் சாப்பிட்டும் விடலாம் / ஆனால் அவள் சொல்லும் கதைகள் / கடைகளில் தேடினாலும் / கிடைப்பது அரிதே! /காசு கொடுத்தாலும் இல்லையே!" என ஏங்கி முடிகிறது.

இந்திய நிலப்பரப்பின் கதையாடல்களை உயர்த்திச் சொல்கிற தொனியைக் கைக்கொள்கிறது இக்கவிதை. கணவன் உறவுகொள்கிற தாசிக்கும் சோறு சமைத்துக் கொடுப்பவள் நல்ல பெண் என்கிற ஆண்மையக் கருத்தியலை வெளிப்படையாகத் தருகிறது. போலவே, கவிதையில் கவிஞரது குடும்பத்தின் ஆண்மைய சமூக வரலாறு மையப்படுத்தப்படுகிறது. நளாயினி

எனும் புராதனக் 'கற்பரசி' பாத்திரத்தின் கற்பு சிலாகிக்கப்படுகிறது. ஓர் ஆணுக்குப் பல பெண்களோடு உறவிருப்பதைப் பெண் கற்போடு இயைத்து அவன் மனைவி ஏற்றுக்கொள்வதைக் கவிதை பேசுகிறது. தவிர, ஆணுடைய கலத்தில் பெண் உண்பதைப் பெருமைக்குரியதாக முன்னிறுத்துகிறது. திரிசடையின் இத்தகைய கவிதைகள் எவ்வகையிலும் வாசிப்புச் சுவை தராதவை. கருத்துரீதியாக விமர்சிக்கத்தக்கவை.

இதுவரை நான் சுட்டிக்காட்டிய திரிசடையின் கவிதைகள் அவர் படைப்பு வெளிப்பாட்டில் வீடும் வெளியும் வேறுபட்டுக் காட்சிப்படுத்தப்படுகிற பாணியை எடுத்துக்காட்டாகக் கொண்டவை. திரிசடையின் கவிதைகளைப் பற்றி நகுலன் எழுதும்போது மரபைப் பற்றிக் குறிப்பிட்டிருப்பதைத் தொடக்கத்தில் சுட்டியிருந்தேன். திரிசடையின் கவிதைகளில் பெண்ணின் உறவுகளுக்கும் பெண் கற்புக்குமான மரபுக் கதையாடல்களுக்கான இடமாக வீடு உள்ளது. ஆனால், புறவெளியோ தனிமனிதச் சுயத்தைக் காட்டிலும், அதன் முனைப்பைக் காட்டிலும் மேம்பட்ட இடமாகக் கட்டப்படுகிறது. இத்தகைய புறவெளி இந்து சமயப் பண்பாட்டுக் குறியீடுகளோடு, அல்லது அபூர்வமாகப் பிற சமய மரபுகளோடு விவரிக்கப்பட்டாலும், தேசிய எல்லைகளுக்கு அப்பாலான ஒன்றாகவும், மனிதர்களைத் தாண்டிய பல்லுயிர்களுக்குமான பொதுவெளியாகவும் இருக்கிறது. இந்த வேறுபாட்டைப் புரிந்துகொள்வது முக்கியம்.

கடைசியாக, திரிசடையின் கவிதைகளிலிருந்து இன்றைய கவிதை நகர்ந்திருப்பதைச் சுட்டும் விதமாக, வேறுபாட்டை வாசகர்கள் பரிசீலிக்க இரு கவிதைகளைத் தருகிறேன். "செர்ரி ப்லாஸம்" என்ற தலைப்பிலான திரிசடையின் கவிதையை வாசித்தபோது

எனக்கு ஆச்சரியமாக இருந்தது. ஏனெனில் நான் எழுதிய கவிதை ஒன்று செர்ரி ப்லாஸம் பற்றியது. திரிசடையுடைய கவிதை செர்ரிப் பூக்களின் அழகைக் கண்முன் கொண்டுவந்து நிறுத்துவது:

செர்ரி ப்லாஸம்

ஜன்னல் வழியாகப் பார்த்தேன்
கடற்கரையில் கிடைக்கும் முத்துச் சிப்பிகளால்
செய்த மரமாக நின்றது
எங்கள் செர்ரி ப்லாஸம்
மனதை அள்ளி நீண்ட நேரம்
போதை தரும்
மல்லிகையின் மணமும்
இல்லைதான்.
ஆனால் இந்த மனிதன் படைத்துக்
காட்டும் செயற்கைச் சிங்காரங்களனைத்தையும்
விற்று, வாங்கக்கூடிய
உன் அழகை என்ன சொல்வேன்!

என்னுடைய கவிதை பெண் மனசு ஆழம் என 99.99 சதவிகித ஆண்கள் கருதுகிறார்கள் தொகுப்பில் இடம்பெற்றது:

குளிர் போய்விட்டது

வாஷிங்டனில் அடுத்த வாரம்
செர்ரிப் பூக்களின் வசந்தோத்சவம்
ஆனால்
நான் போகப் போவதில்லை
அவற்றைப் பார்க்க ஆன்மா வேண்டும்
என்னிடம் ஸ்மார்ட் ஃபோன்தான்
இருக்கிறது

உதவிய நூல்கள்

திரிசடை. *பனியால் பட்ட பத்து மரங்கள்.* திருவனந்தபுரம்: டி.கே.துரைசாமி, ஜூலை 1978

திரிசடை. *திரிசடை கவிதைகள்.* பதிப்பாசிரியர்: வெண்ணிலா, தமிழ்ச் சங்கம், வாஷிங்டன் மெட்ரோபாலிடன் மற்றும் பால்டிமோர், 1996.

பெருந்தேவி. *பெண் மனசு ஆழம் என 99.99 சதவிகித ஆண்கள் கருதுகிறார்கள்.* சென்னை: விருட்சம், 2017.

எழுத்தின் கலகமும் தத்துவ அடித்தளமும்

ஞானக்கூத்தன் கவிதைகள்

ஞானக்கூத்தன் கவிதைகளின் பகடி, நவீனத்துவ, பின்நவீனத்துவ செயற்பாடுகள், தனிமனித சுயம் பற்றிய எள்ளல், மற்றமை குறித்த நோக்கு ஆகியவற்றினூடே அவரது கவிதை உலகின் தத்துவ அடிப்படையைக் காணும் முயற்சி இக்கட்டுரை.

ஞானக்கூத்தன் கவிதைகளில் நவீன வாழ்க்கை குறித்த கரிசனைகள் பொதுவாக இரண்டு தளங்களில் செயல்படுகின்றன. ஒன்று, சமூக வாழ்வு சார்ந்தது. சமூகத் திரளாக நாம் கொள்கிற பெருமிதங்களுக்கும் கள யதார்த்தத்துக்கும் இடையிலான, நம் சொல்லுக்கும் செயலுக்குமான பொருண்மையான இடைவெளிகளைச் சுட்டிக்காட்டுவதாக அவர் கவிதை மொழி இயங்குகிறது. இன்னொரு தளத்தில் தன்னிச்சையும் இறையாண்மையும் கொண்டதான நவீன மனித சுயம் கவிதைகளில் கேள்விக்குள்ளாக்கப்படுகிறது. “கீழ்வெண்மணி” என்கிற கவிதையிலிருந்து தொடங்குவோம். இந்தக்

கவிதையில் நாம் நாகரீகமானவர்கள் என்று கொண்டிருக்கும் பெருமிதத்துக்கும், சூழலில் நிகழும் சாதி வெறுப்புச் செயல்களுக்குமான இடைவெளியும் இந்த இடைவெளியில் நழுவி மரித்த உயிர்களும் பாடுபொருள்களாகின்றன.

மல்லாந்த மண்ணின் கர்ப்ப
வயிறெனத் தெரிந்த கீற்றுக்
குடிசைகள் சாம்பற் காடாய்ப்
போயின

என்று தொடங்குகிறது கவிதை. கீழ்வெண்மணி ஊர்க்காரர்கள் திரண்டு வந்து சாம்பல் குவியலைப் பார்ப்பதைக் கூறுகிறது:

குருவிகள் இவைகள் என்றார்
குழந்தைகள் இவைகள் என்றார்
பெண்களோ இவைகள்? காலி
கன்றுகள் இவைகள் என்றார்.

குருவிகளுக்கும் குழந்தைகளுக்கும் பெண்களுக்கும் கன்றுகளுக்கும் வேறுபாடு காண முடியாத கருகிய நிலை. ஒடுக்கப்பட்டவர்களுக்கு மானுடத் தன்மை என்பதே மறுக்கப்பட்டிருக்கிற நிலையைக் கவிதை விவரிக்கிறது. சாதி வெறுப்பின் தீயில் மனித நாகரிகம் என்பது மதிப்பிழந்து, உள்ளீடற்று எஞ்சி நிற்கிறது எனும் விமர்சனத்தைக் கவிதை வைக்கிறது.

போலவே அவரது “மஹ்ஹான் காந்தி மஹ்ஹான்” கவிதை சமகால மேடைப் பேச்சை முன்னிறுத்தி நம் பாசாங்கை எடுத்துரைப்பது. சொல்லும் செயலும் மாறுபட்டிருப்பதை இதனால் கைவிட்டுப்போன மதிப்பீடுகளைப் பேசுகிறது இக்கவிதை. கவிதையில்

"வழுக்கையை சொறிந்தவாறு 'வாழ்க நீ எம்மான்'," என்கிற அரசியல்வாதி "பெண்களை நோட்டம் விட்டு பாழ்பட்டு நின்ற" என்கிறார். "'வாழ்விக்க வந்த'" என்னும் எஞ்சிய பாட்டைத் தெருவில் வீசுகிறார். காந்தி போன்ற பெருந்தலைவர்கள் முன்வைத்த தேசியவாதம், பெண்ணைச் சகஜீவியாகக் கருதுதல் போன்ற விழுமியங்கள் மட்டும் வீழ்ச்சியுறவில்லை, அந்தத் தலைவர்களே இன்று வெறும் மேடைப் பேச்சுப் பொருள்களாக மாறியிருப்பதையும் தெருக் குப்பையாக எஞ்சிவிட்டிருப்பதையும் கவிதை சுட்டிக் காட்டுகிறது.

ஞானக்கூத்தனின் கவிதைகளின் ஒரு முக்கிய நவீனத்துவ எழுத்து உத்தியெனப் பகடியை நாம் கருதமுடியும். இலக்கிய விமர்சகர்கள் நவீனக் கவிதைமொழியில் பகடியைக் கொண்டுவந்த முன்னோடியாக அவரைச் சரியாகவே அடையாளம் கண்டிருக்கிறார்கள். சமூகத்தில் மேலாண்மை பெற்றிருக்கும் அழகியல், பண்பாட்டு, அரசியல் போக்குகளை விமர்சிக்க இந்த உத்தி அவருக்குப் பெரிதும் பயன் தந்தது. பகடி என்பதற்கு நவீன ஐரோப்பியக் கலையில் ஓர் எளிய உதாரணமாக மார்சல் தூஷாமின் *"L.H.O.O.Q" (1919)* என்கிற ஓவியத்தைச் சிந்தனையாளர்கள் குறிப்பிடுவதுண்டு. தூஷாமின் தாதாயிச ஓவியம் பதினாறாம் நூற்றாண்டு ஓவியரான லியனர்டோ டாவின்ஸியின் மோனாலிசா ஓவியத்தின் பகடியாக உருவாக்கப்பட்டது. அழகு என்பதற்கு இலக்கணமாக, ஆதரிசமாக ஐரோப்பியச் செவ்வியல் கலையில் முன்வைக்கப்பட்ட மோனாலிசாவை மீசையோடும் ஆட்டுத் தாடியோடும் 'போலச்செய்து' பகடி என்கிற வரையறைக்குள் கொண்டுவந்தது அந்த நவீன ஓவியம். மேலும், *"L.H.O.O.Q"* என்கிற பிரெஞ்சு வழக்காற்றின்

பொருள் "கவரும் குண்டியைக் கொண்டவள்" என்பதாகும். புன்னகைக்குப் பெயர்பெற்ற மோனாலிசா ஓவியத்தின் சமூக-பண்பாட்டு மதிப்பை, அதன் அழகியலைத் தகர்த்த நவீனத்துவக் கலகச்செயல்பாடு தூஷாமின் ஓவியம் எனலாம்.

இத்தகைய வகையில் சமூக, அரசியல், பண்பாட்டுத் தளங்களில் மேன்மையாகவும் புனிதமாகவும் கருதப்படுவனவற்றைக் கலைத்துப்போடும் பகடியை ஞானக்கூத்தனின் கவிதைகளில் நாம் காண முடியும். பகடி எழுத்து தமிழ் அல்லது சம்ஸ்கிருத மரபார்ந்து அவரிடம் செயல்பட்டது என்பதைவிட ஐரோப்பிய நவீனத்துவப் பாணிகளிலிருந்து அவர் பெற்றுக்கொண்டது என்பதே பொருந்தும். பகடி அவரின் பல கவிதைகளில் விமர்சனத் தனித்துவத்தோடும் அமைகிறது. எடுத்துக்காட்டாக, ஏற்கெனவே பலரும் குறிப்பிட்டிருக்கிறபடி, "காலவழுவமைதி" கவிதை திராவிட அரசியல் மேடைப் பேச்சைப் பகடி செய்கிறது. தமிழ் மொழிப்பற்றை முன்னிறுத்தி எவ்வாறு திராவிட இயக்க அரசியல்வாதி கௌரவம் பெறுகிறார் ("வண்ணாரப் பேட்டகிள சார்பில் மாலெ") என்பது ஒருபுறம்; புறநானூற்றைச் சுட்டிப் பேசுகிற அவர் மேடைப் பேச்சு என்கிற பெயரில் தமிழ் எவ்வாறு உருக்குலைக்கப்படுகிறது என்பது மற்றொரு புறம் ("பொற நான்ற்றுத் தாயெய் நாம் மறந்திட்டோமோ? / தாமிழர்கள் சொகவாழ்வாய்த் திட்டாமிட்டுக் கெடுப்பவர்கள் பொணக்குவ்யல் காண்போ மின்றே"). கவிதையில் தமிழ்மொழிப் பற்று, அக்கறை இவையெல்லாம் அர்த்தமிழந்த வெற்றுப் பேச்சாய்த் தமிழகத்தில் எஞ்சிவிட்ட நிலை விமர்சனமாக மேலெழுகிறது.

திராவிட இயக்கம், தேசிய இயக்கம் முதலிய அரசியல் விசைகள் என்றில்லை, அவரது பகடி சமூக, பண்பாட்டுத் தளத்தில் நவீன கல்வி, இன்றைக்கும் மக்களிடையே செல்வாக்கோடு திகழும் புராணங்கள், வழிபாடுகள் போன்றவற்றையும் விட்டுவைப்பதில்லை. “வகுப்புக்கு வரும் எலும்புக் கூடு” கவிதையில் நவீன வகுப்பறை விவரிக்கப்படுகிறது. மாணவர்கள் கண்டு பயில வருடாவருடம் தவறாமல் வகுப்பறைக்கு வருகிறது ஒரே எலும்புக்கூடு. மாணவர்கள் அதைக் கண்டு விலா வெடிக்கச் சிரிக்கிறார்கள். பல வருடங்கள் கழிந்தாலும் தன்னைப் புதுப்பித்துக்கொள்ளாத கல்விமுறை விமர்சிக்கப்படுகிறது.

ஞானக்கூத்தனின் இன்னொரு புகழ்பெற்ற கவிதை நரியைப் பரியாக்கிய சிவனின் திருவிளையாடற் புராணத்தை நினைவுகூர்கிறது. பார்வையாளர்களை அதிர்ச்சிக்குள்ளாக்கும் வகையில் தூஷாமின் மோனாலிசா ஓவியத்தில் திடீரென முளைத்த மீசையையும் தாடியையும் போல, ஞானக்கூத்தனின் இந்தத் திருவிளையாடற் புராண மறுவாசிப்பில் பரியாக மாறாத ஒரு நரி திடீரென முளைக்கிறது. சிவனைப் பார்த்து தான் விடுபட்டதைக் குறைசொல்லி நீதியோ இதுவென முறையிடுகிறது. திருவிளையாடல் முடிந்துவிட்டது போய்வா என்று அதை அனுப்பிவிடுகிறார் சிவன். “திருவருட் திட்டம் பொய்த்ததற்கு ஊளைச் சான்றாம் நரி” என்று இறைவனுடைய திருவிளையாடலின் புனிதத்தைக் கவிழ்த்துப்போடுகிறது கவிதை.

“நஷ்டக் கணக்கு” என்னும் இன்னொரு சிறு கவிதையைப் பார்ப்போம்:

வாகனம் தூக்கிக்கொண்டு
தீவட்டி பிடித்துக்கொண்டு
வாத்தியம் இசைத்துக்கொண்டு
பலூன்கள் விற்றுக்கொண்டு
தெருக்காரர் ஊர்வலத்தில்
இருப்பதால் நஷ்டப்பட்டார்
எங்களூர் அரங்கநாதர்

என்கிறது கவிதை. அச்சு அசலாக சாமி ஊர்வல விவரணை. ஆனால் ஊர்வலத்தில் இவ்வாறு வெவ்வேறு செயல்களில் ஈடுபட்டிருந்த ஊர்க்காரர்கள் தெய்வத்தை மறந்ததால் எதையும் இழக்கவில்லை. மாறாக அவர்களின் ஈடுபாடு மாறிவிட்டதால் நஷ்டப்பட்டார் அரங்கநாதர் என்கிறது. உண்மையில் யாருக்கு யார் அவசியம்? பக்தர்களுக்குக் கடவுளா, கடவுளுக்குப் பக்தர்களா என்றால் கடவுளுக்குத்தான் பக்தர்கள் தேவைப்படுகிறார்கள் என்று கடவுளின் முக்கியத்துவம் காணாமல் போயிருப்பதைக் கூறுகிறது கவிதை.

ஞானக்கூத்தனின் வேறு சில கவிதைகளில் பின்நவீனத்துவக் கதம்ப நடையும்கூட பகடி எள்ளலுக்காகப் பயன்படுத்தப்படுகிறது. கதம்பநடை என்பது பல்வேறு இலக்கிய வகைமைகளை, பாணிகளை, அல்லது புராணம், அறிவியல், செவ்வியல் இலக்கியம் போன்ற பல்வேறு புலங்களின் சொல்லாடல்களைக் கலந்துகட்டி வைக்கப்படும் நடை எனலாம். கதம்ப நடைக்கு ஓர் எடுத்துக்காட்டாக முன்னர் குறிப்பிட்ட “மஹ்ஹான் காந்தி மஹ்ஹான்” கவிதையைச் சொல்லலாம். அந்தக் கவிதையில் மேடைப்பேச்சும் பாரதியாரின் மகாத்மா காந்தி பஞ்சகம் “வாழ்க நீ எம்மானி”லிருந்து சில சொற்றொடர்களும் கலந்துகட்டி வருகின்றன. இந்தக் கதம்பப் பாணி

கவிதைகூறுமுறையில் மட்டுமின்றி சில கவிதையின் பாடுபொருள்களிலேயே இருப்பதையும் காண்கிறோம். "மேசை நடராசர்" கவிதையில் எழுதாத பேனா, மூக்குடைந்த கோணூசி, பூணூல் உருண்டை, மெழுகு, கவிழ்த்து வைக்கப்பட்ட நாவல், செய்தித்தாள், கழுத்து நீண்ட எண்ணெய்ப்புட்டி போன்ற பொருள்களுடன் மேசை மீது நின்று ஆடிக்கொண்டிருக்கிறார் நடராசர். இப்படி ஒன்றோடொன்று தொடர்பின்றி, பொருத்தமற்றுக் குவிக்கப்பட்ட பொருள்களில் கடவுளும் ஒரு பொருளாகக் காட்சியளிக்கும்போது கடவுளுக்கும் உலகத்துக்குமான, கடவுளுக்கும் மனிதருக்குமான உறவுப் படிநிலையின் சட்டகமே மாறிவிடுகிறது. கூத்தாடுகிற இறைவனின் அதிகாரம் கேலிக்கூத்தாகிவிடுகிறது.

ஞானக்கூத்தன் கவிதைகளில் இயங்கும் ஓர் இன்றியமையாத அம்சம் ஒத்திசைவு கொண்டதாகக் கருதப்படுகின்ற மனித சுயத்துக்கு அவை விடுகிற சவால். இறை அதிகாரத்தின் நீக்கத்தைக் கூறுவது மட்டுமல்ல, ஒத்திசைவுடன் கூடிய சுயத்தைக் கவிதைச் சொல்லாடலில் மையத்திலிருந்து நகர்த்துகின்ற, கலைக்கின்ற தத்துவச் செயல்பாட்டையும் அவர் கவிதைகளில் நாம் பார்க்க முடியும். ஞானக்கூத்தனின் பல கவிதைகளில் மனித சுயம் உடலை மையமாகக் கொண்டிருப்பதாக இருக்கிறது; ஆனால் துண்டுண்டதாக, உருச் சிதைந்ததாக அல்லது சப்பட்டையாக இருக்கிறது.

சில கவிதைவரிகளைப் பார்ப்போம்:

விழிக்கிறான்
முழங்காலொன்று
காணலை
பொசுக்கப்பட்டு

சதைகளும் எலும்புமாகக்
கிடப்பதைத் தெரிந்து கொண்டான்
("எட்டுக் கவிதைகள்")

★★

என் தலையை திறந்து
பார்த்தேன்
திறந்த இஸ்திரிப் பெட்டியில் போல் மின்
சாரம் பாய்ந்திருக்கக் கண்டேன்
("மண்டையைத் திறந்தால்")

★★

தலைமேல் விழுந்தலை தோளில் விழும் தலை
இடுப்பில் விழும் தலை காலிடுக்கில் தலை
("அழிவுப் பாதை")

★★

வள்ளிக் கிழங்கின்
பதமாக
வெந்துபோன
அவள் உடம்பைப்
பிட்டுத் தின்னத்
தொடங்கிற்று
ஒவ்வொன்றாக
அவையெல்லாம்
("எட்டுக் கவிதைகள்")

★★

கண்டதுண்டா நீ முன்பு
என்னைப் போல் சப்பட்டை
யான மனிதன்
("எனக்குக் கொஞ்சம் சோற்றைப்
போடேன்")

அந்நியமாதலும் இயந்திரமைய உலகப்பார்வையும் உலகப்போர்களும், அறிவியல், கல்வி போன்றவற்றை வளர்ச்சிக்கும் முன்னேற்றத்துக்குமான கருவிகளாக மட்டுமே பார்க்கிற பார்வையும் கூடிச் சேர்ந்து நம் நவீன வாழ்வைக் கட்டமைத்திருக்கின்றன. இவ்வாழ்வில் மனித சுயம் சிக்கல்களையும் வாழ்நிலை மாற்றங்களையுமே தொடர்ந்து சந்திக்கிறது; அதனால் அதன் ஒத்திசைவு குலைந்து பிளவுற்று துண்டங்களாகிவிடுவதை சார்லஸ் டைலர் உள்ளிட்ட நவீனம் பற்றிச் சிந்தித்த அறிஞர்கள் குறிப்பிட்டிருக்கிறார்கள்.

இந்தப் பிளவுற்ற அல்லது துண்டான சுயம் ஐரோப்பிய நவீனத்துவ எழுத்துவெளியிலும் காணப்படுகிறது. ஞானக்கூத்தனின் கவிதைகளின் விரிந்த பரப்பில் திராவிட இயக்க, தேசிய இயக்க அரசியல்களின் மதிப்பீடுகளின் வீழ்ச்சி, அரசாங்கம், கல்வி நிறுவனங்கள் போன்றவற்றின் தோல்வி, சாதிய சக்திகளின் வெறுப்பரசியல், கேளிக்கையாகிவிட்ட பக்தி, அந்நியமாகிவிட்ட உழைப்பு (உதாரணமாக, "வேலையெனும் பூதம்" கவிதை) என்று வருகிற பலவும் வெவ்வேறு வகைகளில் நவீன மனிதருக்கு அக, புறச் சிக்கல்களைத் தருபவை. எனவே பிளவுபட்ட, உருக்குலைந்த உடல்மைய மனித சுயம் அவர் கவிதைகளில் நமக்குக் கிட்டுவது எதிர்பார்க்கக் கூடியதே.

அதே நேரத்தில் அவர் கவிதைகளில் இப்படிப் பகுதி பகுதிகளாகப் பிளவுண்டு கிடக்கிற உடல்கள் மீண்டும் ஒருமையை நோக்கி நகர்வதில்லை. சிதைந்த, பிளவுபட்ட பகுதிகள் மட்டுமாகவே அவை விடப்படுகின்றன. அவற்றின் ஒருமை மீட்கப்படுவதில்லை. ஞானக்கூத்தன் கவிதைகளின் பின்நவீனத்துவப் பண்பை இத்தகைய

துண்டுபட்ட சிதைந்த கருகிய உருக்குலைந்த உடல்களும், இத்தகைய உடல்களை மையமாகக் கொண்ட ஒத்திசைவற்ற சுயங்களுமே கட்டமைக்கின்றன.

ஐரோப்பியப் புத்தொளிக் காலத்திலிருந்தே உருவாகிவந்த நவீன தனி மனித சுயம் என்கிற புனைவைச் சந்தேகிப்பது, அந்தப் புனைவைக் கலைப்பது ஆகியவற்றை ஞானக்கூத்தனின் கவிதைகள் பின்நவீனத்துவக் கலகச் செயற்பாடுகளாக முன்வைக்கின்றன. ஆனால் சந்தேகம் அல்லது கலைத்தல் ஆகியவற்றோடு கவிதைகள் நின்றுவிடுவதில்லை. மனித உடல்சார் சுயத்துக்கான முனைப்பை அவர் கவிதைகள் மறுக்கிறபோது, மனிதர்களைத் தாண்டிய அமனித மற்றமைக்கு முக்கியத்துவம் தருவனவாக அவை உள்ளன. நத்தை, மரவட்டை, கம்பிளிப்பூச்சி, நாய், மீன்கொத்தி, காக்கை, பன்றி, குதிரை எனப் பல உயிர்களை அவர் கவிதைகளில் நாம் எதிர்கொள்கிறோம். மனிதர்களுக்கும் இதர உயிர்களுக்கும் இடையில் படிநிலையற்ற சரிசமமான தொடர்பையும், உறவுத் தொடர்புறுத்தல்களையும் அவருடைய பல கவிதைகளில் காண்கிறோம்.

உதாரணமாக, “மரவட்டை” கவிதையில் “துக்குணிக் கால்களோடு” செல்கிறது ஒரு மரவட்டை “பரபரப்பாய்.” அதைத் தொடாதே, தொட்டால் சுருண்டு நீளும்போது அது தன் வழியை மறந்துவிடக்கூடும் என அதன் வழியிலிருந்து அதைத் தொந்தரவுபடுத்தாமல் நிற்க மனிதருக்குப் போதிக்கிறது கவிதை. இன்னொரு கவிதையில், தன்பாட்டுக்குப் புல்லைத் தின்றுகொண்டிருந்த குதிரையைக் குதிரை குதிரை என்று சீண்டுகிறான் ஒருவன். குதிரை அவனுக்கு ஒரு உதை விடுகிறது. “காக்கை” கவிதையில், கவிதைசொல்லியோடு

“பேசவந்தாற் போலப் பரபரப்பில்” இருக்கும் ஒரு காக்கை காட்டப்படுகிறது. அவர் குடும்பத்தோடு பழக்கம் கொண்டதாக ஒரு நண்பனைப் போல அது கவிதையில் வருகிறது. அந்தக் குடும்பத்துக்கு நன்மை செய்வதுபோல அவர்கள் வீட்டில் சின்ன கரண்டியை எங்கேயோ எடுத்துக்கொண்டு போட்டுவிட்டு, வேறு எங்கிருந்தோ பெரிய கரண்டியொன்றை எடுத்துக்கொண்டு வந்து இங்கே போடுகிறது. ஆனால் கவிதைசொல்லிக்கு அந்தக் காக்கையை முழுக்கத் தெரிந்துகொள்ள முடிந்ததா? கவிதை வரிகள் இவை:

இந்தக் காக்கை
எனக்கு நேரே வந்தமர்ந்தால்
தெரிந்துகொள்ள முடியுமா என்னால்?
முடியும் என்பது சந்தேகந்தான்
ஏனெனில் காக்கையை யாரும்
முழுதாய்ப் பார்த்து முடிப்பதில்லையே.

உலகத்தை முழுக்க அறிந்துவிட முடியும், அறிவால் ஆள முடியும் என்கிற நவீன மனிதரின் நம்பிக்கைகளில் சம்மட்டியால் அடிக்கிறது கவிதை. காக்கையை முழுக்க மனிதரால் பார்க்க முடிவதில்லை என்பதற்கு அர்த்தமென்ன? அதைப் பேசுவதற்குமுன், ‘பார்வை’ என்பது முக்கியத்துவம் பெறும் ஞானக்கூத்தனின் ஒரு கவிதையைப் பார்ப்போம். “பார்க்கப்படுதலன்றி வாழ்க்கை பிறிதென்ன?” என்ற அந்தக் கவிதை இப்படித் தொடங்குகிறது.

யார் யார் என்னை பார்க்கிறார்கள்?
பார்க்கிறார்கள் என்கிற உயர்திணை
முடிவு கூடத் தவறுதான்.

எது எவரால் பார்க்கப்படுகிறேன் என்பதே சரி.

கல்லாப்பெட்டியில் அமர்ந்திருக்கும் கடைக்காரரிலிருந்து நாய்கள், சிறுவன், சிறுமி, பெருமாள் மாடு, பெருமாள் மாட்டுக்காரர், ஆடுகள், தபால்காரர், பன்றிக்கூட்டத்திலிருந்து காக்கை வரை பலரும் / பலதும் கவிதை சொல்லியைப் பார்க்கிறார்கள் / பார்க்கின்றன. தன்னை எல்லோரும் பார்ப்பதாகக் கருதுவது பிரமை போலவும் கவிதைசொல்லிக்குத் தோன்றுகிறது. கடவுளைப் பதிலீடு செய்து தன்னையே இறையாகப் பாவித்துக்கொண்ட நவீன மனிதனின் முக்கியமான அதிகாரம் செலுத்தும் புலன் கட்புலன். உற்றுநோக்கல் *(gaze)* என்பதற்கும் இயற்கை உலகின் மேல்நிலையில், பிறவற்றின் மேல்நிலையில் இருப்பதாக மனிதர்கள் தம்மைக் கருதிக்கொண்டு செலுத்தும் அதிகாரத்துக்கும் பெரும் சம்பந்தம் உண்டு. சமயச் சொல்லாடல்களில் நமக்குக் கிடைக்கும் கடவுள் உலகத்தைப் பார்த்தல், அதன் மூலமாக கடாட்சித்தல், அதன் ஒழுங்கைத் தீர்மானித்தல், அதை ஆளுதல், இவையெல்லாம் நவீன உலகில் கடவுளைப் பதிலீடு செய்திருக்கும் மனிதருடையதாக மாறியிருக்கின்றன. நவீனத்தின் இத்தகைய மனித அதிகாரப் போக்குக்கு எதிராகச் செயல்படும் இந்தக் கவிதை மற்றவற்றின் மீதான மனிதருடைய நோக்கல் என்பதை மாற்றிவிடுகிறது. மனிதர்கள் நோக்குபவர்கள் மட்டுமல்லர்; அப்படி எண்ணிக்கொள்கிற உயர்திணை முடிவு தவறென்று அறிவிக்கிறது கவிதை. “காக்கை” கவிதையில் காக்கையை முழுக்கப் பார்க்க முடிவதில்லை என்று கூறுவது மனிதர்களின் ‘நோக்கல்’ என்பதே குறைபாடுடையது என்பதை எடுத்துக்காட்டுவது. மற்றமையை மனிதர்களால் பார்க்கக்கூட முடியாதபோது, அதைப் புரிந்துகொண்டதாகக் கருதுவது, அல்லது அதைவிட உயர்ந்ததாகத் தன்னை எண்ணிக்கொள்வது

இவையெல்லாம் கற்பிதங்களன்றி வேறென்ன?

தற்கால உலகில் அறம் சார்ந்து வாழ்தல் என்பது மற்றமையை அங்கீகரித்து, மற்றமையால் அங்கீகரிக்கப்பட்டு வாழ்தல்; அத்தகையதொரு வாழ்தலுக்கு நம் பங்குக்கு நாம் பொறுப்பேற்றல். இங்கே மற்றமை என்பது மனிதர்கள் மட்டுமல்லாத மற்ற உயிர்களையும் இருப்புகளையும் உள்ளடக்கிய சொல். மனிதரற்ற மற்ற உயிர்களுடன் சேர்ந்து, அவற்றைச் சமமாகக் கருதி வாழும் அறத்தை, தத்துவ அறிஞர் இமானுவல் லெவினாஸ் சொல்கின்ற intersubjective responsibility (மற்றமை தொடர்பான மனிதரின் பொறுப்புணர்வு) போன்ற உணர்வுச் சட்டகத்தை முன்வைக்கின்றன ஞானக்கூத்தன் கவிதைகள். உலகில் மனிதமையத்தை மறுத்து, மற்றமையின் இருப்பை மதித்து, அங்கீகரிக்கிற பரந்த அறமே ஞானக்கூத்தனின் கவிதைகளின் இன்றியமையாத தத்துவ அடிப்படை. எந்த மனிதனும் தத்துவவாதியாக இல்லாதபோது மகா கவிஞனாக இருக்க முடியாதென்று சாமுவேல் டைலர் கோலரிஜ் கூறியிருப்பது மனதிலாடுகிறது. ஞானக்கூத்தன் சிறப்பான கவியாகத் திகழ்வதில் அவர் கவிதைகளில் தத்துவ விசாரணைகளுக்கு, தத்துவ அடித்தளங்களுக்கு இருக்கும் பங்கைப் புரிந்துகொள்வது அவர் எழுத்துக்கு வாசகர்கள் செய்கிற நியாயமாகவும் நவீன கவிதை வாசிப்புக்கு வளம் சேர்ப்பதாகவும் இருக்கும்.

உதவிய நூல்கள் / கட்டுரைகள்

தமிழ்

ஞானக்கூத்தன். *ஞானக்கூத்தன் கவிதைகள்*. சென்னை: விருட்சம், 1998.

ஞானக்கூத்தன். *பென்சில் படங்கள்.* சென்னை: விருட்சம், 2002.

ஆங்கிலம்

Davy, Barbara Jane. "An Other Face of Ethics in Levinas." *Ethics & The Environment* 12(1): 2007.

Taylor, Charles. *Sources of the Self: The Making of the Modern Identity.* Cambridge: Harvard University Press, 1989.

பெருந்தேவி

கவிஞர். எழுத்தாளர். ஆய்வாளர். அமெரிக்காவிலுள்ள ஜார்ஜ் வாஷிங்டன் பல்கலைக்கழகத்தில் தெற்காசிய மதங்கள், பண்பாட்டு மானுடவியல், பெண்ணியம் ஆகிய துறைகளூடே ஆய்வு மேற்கொண்டு முனைவர் பட்டம் பெற்றவர். தற்போது அமெரிக்காவில் சியனா கல்லூரியில் இணைப் பேராசிரியராகப் பணிபுரிகிறார். தமிழிலும் ஆங்கிலத்திலும் தொடர்ந்து எழுதுபவர். கவிதை, மொழிபெயர்ப்பு தவிர புனைகதையிலும் பின்-அமைப்பியல் சார்ந்த பிரதி வாசிப்பிலும் ஈடுபட்டிருப்பவர்.

தொடர்புக்கு: sperundevi@gmail.com

ஆசிரியரின் பிற நூல்கள்

கவிதை:

- உன் சின்ன உலகத்தைத் தாறுமாறாகத்தான் புணர்ந்திருக்கிறாய் (உயிர்மை, 2021)
- இறந்தவனின் நிழலோடு தட்டாமாலை ஆடும்போது கீழே விழாதிருப்பது முக்கியம் (உயிர்மை, 2020)
- விளையாட வந்த எந்திர பூதம் (யாவரும் வெளியீடு, 2019)
- பெண் மனசு ஆழம் என 99.99 சதவிகித ஆண்கள் கருதுகிறார்கள் (விருட்சம், 2017)

- வாயாடிக் கவிதைகள் (விருட்சம், 2016)
- அழுக்கு சாக்ஸ் (விருட்சம், 2016)
- உலோகருசி (காலச்சுவடு, 2010)
- இக்கடல் இச்சுவை (காலச்சுவடு, 2006)
- தீயுறைத்தூக்கம் (விருட்சம், 1998)

கட்டுரை:

- தேசம்-சாதி-சமயம்: அதிகாரத்தைப் புரிந்துகொள்ளல் (காலச்சுவடு, 2021)
- உடல்-பால்-பொருள்: பாலியல் வன்முறை எனும் சமூகச் செயற்பாடு (காலச்சுவடு, 2020)

புனைகதை (குறுங்கதை):

- ஹைன்ஸ் ஹால் கட்டிடத்தில் வாழும் பேய் (சஹானா வெளியீடு, 2020)
- கோதே என்ன சொல்லியிருந்தால் என்ன? (காலச்சுவடு, 2021)

மொழிபெயர்ப்பு:

- மூச்சே நறுமணமானால், அக்கமகாதேவி (காலச்சுவடு, 2021)

தொகுத்தவை:

- அசோகமித்திரனை வாசித்தல் (காலச்சுவடு, 2018)

www.ingramcontent.com/pod-product-compliance
Ingram Content Group UK Ltd.
Pitfield, Milton Keynes, MK11 3LW, UK
UKHW042131021026
15589UKWH00003B/762

9 789388 860970